എന്റെ വില ഒരു കാറിന്റെ വില

ente vila oru karinte vila
(stories)

•

t k sankaranarayanan

•

first edition
october 2013

•

typesetting
shaji joseph

•

published
chintha publishers, thiruvananthapuram

•

printed

•

cover
bloofish

വിതരണം

ദേശാഭിമാനി ബുക്ക് ഹൗസ്

H O തിരുവനന്തപുരം-695 035
phone: 0471-2303026, 6063026
www.chinthapublishers.com
chinthapublishers@gmail.com

ബ്രാഞ്ചുകൾ

ഹെഡ്ഓഫീസ് ബ്രാഞ്ച് കുന്നുകുഴി • ഓവർബ്രിഡ്ജ് തിരുവനന്തപുരം • സ്റ്റാച്യു തിരുവനന്തപുരം • കെ എസ് ആർ ടി സി ബസ് സ്റ്റേഷൻ ആലപ്പുഴ • കെ എസ് ആർ ടി സി ബസ് സ്റ്റേഷൻ എറണാകുളം • മച്ചിങ്ങൽ ലെയ്ൻ തൃശൂർ • ഐ ജി റോഡ് കോഴിക്കോട് • മാവൂർ റോഡ് കോഴിക്കോട് • എൻ ജി ഒ യൂണിയൻ ബിൽഡിങ് കണ്ണൂർ • സെൻട്രൽ ബസ് ടെർമിനൽ കോംപ്ലക്സ് താവക്കര കണ്ണൂർ

CO - 1969 / 3328

എന്റെ വില ഒരു കാറിന്റെ വില

കഥകൾ

ടി കെ ശങ്കരനാരായണൻ

ചിന്ത പബ്ലിഷേഴ്സ്
തിരുവനന്തപുരം-695 035
വില : ₹ 80

ടി കെ ശങ്കരനാരായണൻ

1963 ൽ പാലക്കാട്ട് ജനിച്ചു. അച്ഛൻ: കസ്തൂരിരങ്കൻ. അമ്മ: ലളിത. വിക്ടോറിയ കോളേജിൽ നിന്ന് ഇംഗ്ലീഷ് സാഹിത്യത്തിൽ ബിരുദം. തഞ്ചാവൂർ ശാസ്ത്രയൂണിവേഴ്സിറ്റിയിൽ നിന്നും ജ്യോതിശാസ്ത്രത്തിൽ ബിരുദാനന്തര ബിരുദം. 26 വർഷം മെഡിക്കൽ റെപ്രസന്റേറ്റീവായി ജോലി ചെയ്തു. ഇപ്പോൾ മുഴുവൻസമയ എഴുത്തുകാരൻ.

പ്രസിദ്ധീകരിച്ച കൃതികൾ: *സമയസംവിധാനം, നഗരവാരിധി, ഉത്സവഭൂമി, കൃഷ്ണകാലങ്ങൾ, നക്ഷത്രപ്രമാണങ്ങൾ, ലിങ്ക്റോഡിലെ ബൊമ്മക്കാരൻ, സ്നേഹം: ഒരു ഗണിത വീക്ഷണം, 50 ചെറിയകഥകൾ* (കഥകൾ) *ശവുണ്ഡി, ഇലച്ചക്രം,* (നോവൽ) *ജനീഫർ* (നോവലെറ്റുകൾ).

ഭാര്യ : നിർമ്മല
മകൾ : നവനീത്
വിലാസം : 'പ്രയാഗ'
പ്രശാന്ത്നഗർ
അംബികാപുരം
പാലക്കാട് 678 011
ഫോൺ : 9495250534
email : tksanku 9 @gmail.com

ഉള്ളടക്കം

അങ്ങാടിക്കുരുവികൾ

കനംനോക്കാൻ ആപ്പിൾ കൈയിലെടുത്തപ്പോഴാണ് ശ്രദ്ധിച്ചത്. അതിന്റെ മിന്നുന്ന തൊലിയിൽ, വെള്ളവട്ടത്തിൽ ഒരു സീൽ. അതിൽ കുരുന്നക്ഷരങ്ങൾ.

Australian Fresh. Export Quality.

മകന് വലിയ കൗതുകമായി.

"ഫോറിൻ ഫ്രൂട്ട്..."

എങ്ങനെ സന്തോഷം പ്രകടിപ്പിക്കണമെന്നറിയാത്ത അവൻ ഒരു നിമിഷം അതൊന്നെടുത്ത് കടിച്ചു. പെട്ടെന്നത് തീർന്നു. തൊലി മിനുപ്പിൽനിന്ന് സീൽ ഭദ്രമായി പേർത്തെടുത്ത് അവൻ കൈത്തണ്ടയിൽ ഒട്ടിച്ചു.

Australian Fresh....

അവൻ അതു നോക്കി ചിരിച്ചു. പൈസ എണ്ണിക്കൊടുക്കുമ്പോൾ സ്വാമിനാഥൻ ചോദിച്ചു:

"ഇത് ശരിക്കും ആസ്ത്രേലിയയിൽ ഉണ്ടായതാണോ അതോ..."

ആപ്പിൾ മാത്രമല്ല, ഓറഞ്ചും സപ്പോട്ടയുംവരെ വിദേശത്തുനിന്ന് ഇറക്കുമതി ചെയ്യുന്നുണ്ടെന്ന് കടക്കാരൻ പറഞ്ഞു. ഓറഞ്ച് ന്യൂസിലാന്റിൽനിന്ന്. അതിൽ Kiwi Farm എന്ന് മുദ്രണം ചെയ്തിരിക്കുന്നു. സപ്പോട്ട നെതർലാൻഡ്സിലെ Prestige Island ൽ നിന്ന്.

അതുരണ്ടും ഓരോ കിലോ വേണമെന്നായി മകൻ. മകനും പാർവതിയും വാശിയുടെ കാര്യത്തിൽ ഒരുപോലെയാണ്. വിദേശസാധനങ്ങളോട്, പ്രത്യേകിച്ചും പുതുമയുണർത്തുന്ന വസ്തുക്കളോട് വലിയ കമ്പമാണ്. കീശയുടെ വലുപ്പചെറുപ്പങ്ങൾ നോക്കാറില്ല. ഓറഞ്ചും സപ്പോട്ടയും ബാഗിലേക്കിടുമ്പോൾ സ്വാമിനാഥൻ ചോദിച്ചു:

"നല്ല ഞാലിപ്പൂവൻ എവിടെ കിട്ടും?"

''അങ്ങാടിയിൽ കിട്ടുമായിരിക്കും'' കടക്കാരൻ പറഞ്ഞു, "അന്വേഷിക്കണം...."

നല്ല ഞാലിപ്പൂവൻ അത്ര സുലഭമല്ലെന്ന് സ്വാമിനാഥൻ നിരൂപിച്ചു. രാത്രി കിടക്കുംനേരം ഒരു ഞാലിപ്പൂവനും ഒരു ഗ്ലാസ് പാലും വർഷങ്ങളായുള്ള പഴക്കമാണ്. നാട്ടിൽനിന്നും കയറ്റി അയക്കുന്ന നല്ല പഴങ്ങൾ ഡൽഹിയിൽ ധാരാളമായി കിട്ടും. നാട്ടിൽ അത് അന്വേഷിച്ചു കണ്ടുപിടിക്കേണ്ടിയിരിക്കുന്നു.

നാലഞ്ചു കടകൾ കയറിയിറങ്ങിയിട്ടും സ്വാമിനാഥന് കിട്ടിയില്ല. കുന്നനും പാളയംകോടനും നേന്ത്രനും കടകളെ അലങ്കരിച്ചു. ശ്രമം ഉപേക്ഷിച്ച് അങ്ങാടിയിലൂടെ നടക്കുമ്പോൾ എന്തിന്റെയോ അഭാവം സ്വാമിനാഥനെ പൊതിഞ്ഞു. ഒരു ശബ്ദം, ഒരു ദൃശ്യം... അങ്ങനെ എന്തോ ഒന്ന്. അതെന്തെന്ന് ആദ്യം പിടികിട്ടിയില്ല. പിന്നെ അറിഞ്ഞു.

അങ്ങാടിക്കുരുവികൾ...

അവ കൂട്ടമായി വന്ന് ഒരു പ്രത്യേക ശബ്ദത്തോടെ അങ്ങാടിക്കടകളിൽ സമുദ്രക്കയറ്റം നടത്തിയിരുന്നത് അച്ഛന്റെ കൈപിടിച്ചു നടന്ന ബാല്യത്തിന്റെ ഓർമയാണ്. ഒരു സംഘത്തിൽ ലക്ഷത്തോളം കുരുവികളുണ്ടാവുമെന്ന് അച്ഛൻ കണക്കുകൂട്ടി. നിമിഷങ്ങൾക്കകം നെന്മണികൾ കൊത്തിപ്പെറുക്കി അതേ വേഗത്തിൽ അവ തിരിച്ചുപോയി. സ്കൂളിൽ ഇതു പറഞ്ഞപ്പോൾ കാജാഹുസൈന് ഒരു ബുദ്ധി. ഒരു മരപ്പലകയിൽ ചക്കപ്പശതേച്ച് അവൻ ഒരു കടയ്ക്കുള്ളിൽ വെച്ചു. പിറ്റേന്ന് അമ്പതോളം കുരുവികൾ പശയിൽ കാൽ പെട്ട് പറക്കമറ്റു. കാജാഹുസൈൻ അവയെ ഒന്നും ചെയ്തില്ല. കാൽക്കൽ എണ്ണയൊഴിച്ച് അവയെ പശമോചനം നടത്തി ആകാശത്തിലേക്കയച്ചു. അത് കൗതുകമുറ്റ കാഴ്ചയായിരുന്നു. പിറ്റേന്ന് സ്വാമിനാഥനും അതുതന്നെ ചെയ്തു.

പിന്നീട് വളർച്ചയുടെ കൗമാരത്തിണ്ണയിൽവച്ച് പാർവതിയെ കണ്ടുമുട്ടി. മരത്തണലിൽ മനസ്സ് കൈമാറുമ്പോൾ മുകളിൽ കുരുവികൾ നിശ്ശബ്ദമായി ശബ്ദിച്ചുകൊണ്ടിരുന്നു. പാർവതിയെ സ്വന്തമാക്കുമ്പോൾ അവ അനുഗ്രഹിക്കാനെത്തി. രുഗ്മിണി കല്യാണമണ്ഡപത്തിന്റെ ഇരുമ്പ് ഫ്രെയിമിൽ വരിവരിയായി ഇരുന്നു.

ജോലിയായി ഡൽഹിക്ക് വണ്ടികയറുമ്പോൾ സ്റ്റേഷനിലും എത്തി കുരുവികൾ. ഭക്ഷണധാന്യങ്ങൾ നിറച്ച ചാക്കുകളോട് അവ കുശലം പറഞ്ഞുകൊണ്ടിരുന്നു. ട്രെയിൻ വളവു തിരിയുമ്പോൾ കുരുവികളുടെ ഒരു നിര ആകാശത്ത് മഴവില്ല് തീർത്തുകൊണ്ട് ഉയർന്നുനിന്നു.

കാലങ്ങൾക്കുശേഷം തിരിച്ചെത്തുമ്പോൾ അങ്ങാടിയിൽ കുരുവികൾ അപ്രത്യക്ഷമായിരിക്കുന്നു.

"അവയ്ക്ക് ഏതാണ്ട് വംശനാശം സംഭവിച്ച മട്ടാണ്" അങ്ങാടിയിൽ അരിക്കച്ചവടം നടത്തുന്ന പഴയ കാജാഹുസൈൻ പറഞ്ഞു.

"തീരെ ഇല്ല എന്നു തന്നെ പറയാം..."

"എന്തുപറ്റി കാജാ?"

കീടനാശിനി തളിച്ച് വിഷലിപ്തമായ നെന്മണികൾ തിന്ന് അവയുടെ പ്രത്യുൽപ്പാദനശേഷി നഷ്ടപ്പെട്ടതായി കാജാഹുസൈൻ സാക്ഷ്യപ്പെടുത്തി. കാലാന്തരത്തിൽ അവ തീർത്തും ഇല്ലാതായി. സഞ്ചാരിപ്രാവുകളുടെയും പോക്കാച്ചിത്തവളകളുടെയും സ്ഥിതി ഇതുതന്നെയെന്ന് അയാൾ കൂട്ടിച്ചേർത്തു.

പ്രകൃതിയുടെ സന്തുലിതാവസ്ഥയെ നിലനിർത്തുന്ന അവശ്യഘടകങ്ങളെക്കുറിച്ച് ഗവേഷണം നടത്തുന്ന ദില്ലിയിലെ യൂണിവേഴ്സിറ്റി സുഹൃത്തിന്റെ നിരീക്ഷണങ്ങൾ സ്വാമിനാഥൻ ഓർമിച്ചു. ആ അന്വേഷണ പരമ്പരയിൽ സസ്യജാലങ്ങൾക്കായിരുന്നു മുന്നേറ്റം. കീഴാർനെല്ലിയും കല്ലുരുക്കിയും ഏതാണ്ട് ഇതേ അവസ്ഥ നേരിടുകയാണെന്ന് സുഹൃത്ത് ഉദാഹരണങ്ങൾ നിരത്തി. കീഴാർനെല്ലിക്കുപകരം LIVFIT വന്നു. STONCURE കല്ലുരുക്കിയെ പകരപ്പെടുത്തി.

"വേണ്ടതെല്ലാം ഇല്ലാതാവുന്നു" യൂണിവേഴ്സിറ്റി സുഹൃത്ത് തത്വം പറഞ്ഞു, "വേണ്ടാത്തതെല്ലാം നിലനിൽക്കുന്നു...."

മരണംപോലെ ചീർത്തുകിടക്കുന്ന അങ്ങാടി കഴിഞ്ഞ്, പ്രണയത്തിന്റെ മരത്തണൽതാണ്ടി,റെയിൽവേസ്റ്റേഷൻ മുറിച്ചുകടന്ന് സ്വാമിനാഥൻ വീട്ടുമുറ്റത്തെത്തി.

മുറ്റത്തെ പേരക്കൊമ്പിൽ പോയകാലത്തിന്റെ ഒരു ചിലയ്ക്കൽ കേട്ട് സ്വാമിനാഥൻ നിന്നു.

അങ്ങാടിക്കുരുവിയെപ്പോലെ ചെറിയ ഒരു പക്ഷിയുടെ തൂവലിളക്കം....

അതിന്റെ മിന്നുന്ന കഴുത്തിൽ,കൂർത്തുവളഞ്ഞ കൊക്കിൽ, തലത്തൂവലിൽ മുദ്രണം ചെയ്യപ്പെട്ട ഏതെങ്കിലും കമ്പനി സ്റ്റിക്കറുകളുണ്ടോ എന്ന് സ്വാമിനാഥൻ തിരഞ്ഞു.

ബോട്ടംപ്ലീജിയ

എന്ത്, നഗരത്തിൽ പൊള്ളുന്ന ചൂടാണെന്നോ? ഉഷ്ണക്കാറ്റിന്റെ മുഖം വിണ്ടുപോകുന്നെന്നോ? ഇത്രയും പ്രാധാന്യത്തോടെ വിസ്തരിക്കേണ്ട വിഷയമാണോ സുനിൽ അത്? ഒരു പകലിന്റെ അലച്ചിലത്രയും കഴിഞ്ഞ് ഈ സന്ധ്യക്ക് ഇങ്ങനെയൊരു കടൽത്തീരത്ത് നാം എത്തിച്ചേർന്നതിന്റെ സത്യം അതുതന്നെയല്ലേ? ചൂട്! ആഗോളവൽക്കരണത്തിനെതിരെ പ്രസംഗം തയാറാക്കുന്നവർക്ക് വേണമെങ്കിൽ ഇതും ഒരു വിഷയമാക്കാം....ചൂടിന്റെ ഉൽപ്പത്തി.... പ്രകൃതിവിരുദ്ധ പ്രവർത്തനത്തിന്റെ അനന്തരഫലം... കോൺക്രീറ്റ് പെട്ടികളിലേക്കുള്ള കുടുംബങ്ങളുടെ കൂടുമാറ്റം...നിലനിൽപ്പിനുവേണ്ടിയുള്ള പോരാട്ടങ്ങൾ...അങ്ങനെയങ്ങനെ.

വലിയ പ്രബന്ധങ്ങൾ അവതരിപ്പിക്കാനുള്ള സ്കോപ്പുണ്ട് ഈ ചൂടിന്.... പക്ഷേ, എല്ലാ ചൂടിനെയും മൂന്ന് പെഗ്ഗ് വിസ്കിയിൽ അലിയിച്ച് കൂർക്കംവലിച്ചുറങ്ങുന്ന നിന്റെ സത്യസന്ധതയുണ്ടല്ലോ...അതിൽ എനിക്കത്ര വിശ്വാസം പോരാ...സമയം ദീർഘിപ്പിക്കാനുള്ള സംസാര വിഷയം മാത്രമാണ് ചൂടെങ്കിൽ സോറി...ഒന്നുകിൽ തെരഞ്ഞെടുത്ത വിഷയം തെറ്റി... അല്ലെങ്കിൽ ആളു തെറ്റി...

എന്ത്, വാക്സാമർഥ്യം എന്നോട് വേണ്ടെന്നോ...ഡോക്ടർമാരുടെ ചേംബറിൽ മാത്രം മതിയെന്നോ...അവരുടെ മുൻപിൽ സാമർഥ്യം അധികമായതിന്റെ കുഴപ്പമാണ് ഞാനനുഭവിക്കുന്നതെന്നാ മാനേജരുടെ ഭാഷ്യം....അതെല്ലാം പിന്നെ പറയാം...നമുക്ക് നമ്മുടെ കാര്യത്തിലേക്കു വരാം....

'ലേഡി കമ്യൂണിക്കേറ്റർ' എന്ന ഓമനപ്പേരിൽ ഞാനെങ്ങനെ പെൺ മെഡിക്കൽ റെപ്രസെന്റേറ്റീവായി എന്നല്ലേ? ങാ..അങ്ങനെ വല്ലതും ചോദിക്ക്....ഇടയ്ക്കൊക്കെ പാസ്റ്റ് ഒന്നു ചികഞ്ഞുനോക്കാൻ രസമുണ്ട്.

റെപ്രസെന്റിന്റെ താളം നിലനിർത്താൻ അതാവശ്യമാണുതാനും. അതിലേക്ക് വരുന്നതിനുമുമ്പ് ഞാൻ നിന്നോടും ചോദിക്ക്യാണ്... എം എസ് സി ഒന്നാംക്ലാസോടെ പാസായ നീ എന്തിനാണ് മെഡിക്കൽ റെപ്പിന്റെ ജോലി തെരഞ്ഞെടുത്തത്? ജസ്റ്റ് ഫോർ എ ഫൺ? സ്റ്റോപ് ഗാപ് അറേഞ്ച്മെന്റ്? അതോ ടേക് ഹോം മാത്രം നോക്കിയോ? കുടുംബപ്രശ്നങ്ങൾ... അല്ലേ? കെട്ടിച്ചയക്കാൻ രണ്ട് അനിയത്തിമാരുള്ള എന്റെയും സ്ഥിതി മറിച്ചല്ല...പത്രത്തിൽ പരസ്യം കണ്ടപ്പോൾ അപ്ലൈ ചെയ്തു....മുംബൈയിൽ വെച്ചുനടന്ന ഫൈനൽ ഇന്റർവ്യൂവിന് എന്നെ കൂട്ടിക്കൊണ്ടുപോയത് ചെറിയച്ഛൻ.... ഒറ്റപ്പാലത്തെ സാദാ സ്കൂളിൽ മലയാളം മീഡിയത്തിലാണ് പഠിച്ചതെങ്കിലും എന്റെ ഇംഗ്ലീഷ് ഒട്ടും മോശമായില്ല. കേണൽ കേശവമേനോന്റെ ചെറുമോളാണ് എന്ന ധിക്കാരത്തിൽ പറയുകയല്ലാട്ടോ....കുഞ്ഞുംനാൾതൊട്ടേ കേട്ടുവളർന്ന മിൽട്രി ഇംഗ്ലീഷ് സഹായത്തിനെത്തി എന്ന് കൂട്ടിക്കോളൂ. ചിലപ്പോൾ തോന്നും, ഇംഗ്ലീഷൊന്നുമല്ല എന്റെ ബോട്ടംപ്ലീജിയയാണ് എനിക്ക് ജോലിവാങ്ങിത്തന്നതെന്ന്....

ബോട്ടംപ്ലീജിയ!

ഓ, അതൊരു രഹസ്യനാമമാണ്. കോഡ് എന്നുവേണമെങ്കിൽ പറയാം. അർഥമെന്തെന്നോ?

നിതംബഗുരുത്വം.

നല്ല ഉരുണ്ട, നടക്കുമ്പോൾ കുലുങ്ങുന്ന, ആരെയും ആകർഷിക്കുന്ന...

വിശദാംശങ്ങൾ അവിടെ നിൽക്കട്ടെ. കാര്യത്തിലേക്ക് വരാം. ഇന്റർവ്യൂ കഴിഞ്ഞ് എല്ലാവരും പോയി. മുറിയിൽ ഞാനും സേൽസ് ഡയറക്ടറും തനിച്ചായി. റിസൽട്ട് കത്തുമുഖേന അറിയിക്കാമെന്നാണ് ആദ്യം പറഞ്ഞിരുന്നത്. അതിനാൽ കാത്തുനിൽക്കാതെ ഞാനും ഇറങ്ങാനൊരുങ്ങുകയായിരുന്നു. പെട്ടെന്ന് എന്റെ ചന്തിയിൽ ഒരു കൈ തട്ടി...ആദ്യം ഒരു തട്ടൽ, പിന്നെ അതമർന്നു. പെട്ടെന്നുള്ള ഷോക്കിൽ എന്തുചെയ്യണമെന്നറിയാത തിരിഞ്ഞുനിന്നപ്പോൾ ഡയറക്ടർ എന്നെ മാറിലേക്ക് ചേർത്തു. കുതറിമാറാൻ കഴിയാത്തവിധം ഞെരിച്ചുപിടിച്ചു. പിന്നെ അദ്ദേഹത്തിന്റെ കൈ എന്റെ പിൻപുറത്ത് അലഞ്ഞുകൊണ്ടിരുന്നു. ആവേശത്തിൽ അദ്ദേഹം മന്ത്രിച്ചു.

"യു ആർ സെലക്ടഡ്... യു ആർ സെലക്ടഡ്...."

ജോലി കിട്ടുക എന്നതായിരുന്നു അപ്പോൾ മറ്റെന്തിനേക്കാളും പ്രധാനം. അതിനാൽ ഞാൻ കീഴടങ്ങി. മാത്രമല്ല, യഥാർഥ ഷോക്കിന് ഞാൻ തലേന്നുതന്നെ വിധേയയായിരുന്നു. അതും ഒരു കാരണമാവാം. മാട്ടുങ്കയിലെ കുടുസു ലോഡ്ജിലാണ് മുറി വാടകയ്ക്കെടുത്തിരുന്നത്. അവിടെ ഒരാൾക്കുതന്നെ കിടക്കാൻ സ്ഥലം കഷ്ടി. അതിനാൽ വരാന്തയിൽ കിടന്നോളാം എന്നാണ് ചെറിയച്ഛൻ ആദ്യം പറഞ്ഞത്. പിന്നെ തണുപ്പാണെന്നോ കൊതുകു കടിയെന്നോ പറഞ്ഞ് അകത്തേക്കു വന്നു.

കട്ടിലിനു താഴെ കിടന്നോളാം എന്ന് ഉദാരനായപ്പോൾ എന്തു മാന്യൻ എന്നു ഞാൻ സന്തോഷിച്ചു. രാത്രിയുടെ ഏതോ യാമത്തിൽ ഉറക്ക മുണർന്നു നോക്കുമ്പോൾ ചെറിയച്ഛൻ കട്ടിലിൽ...ഞാൻ ചെറിയച്ഛന്റെ മാറിൽ....അദ്ദേഹത്തിന്റെ രണ്ടുകൈയും എന്റെ ബോട്ടം പ്ലീജിയ യിൽ...അതായിരുന്നു റിയൽ ഷോക്...

എന്ത്, ബോട്ടംപ്ലീജിയ എങ്ങനെയുണ്ടായെന്നോ? ഞങ്ങളുടെ ഹോസ്റ്റലിൽ ഒരു ആന്ധ്രാക്കാരി കുട്ടിയുണ്ട്.... പ്രമീളാറാവു...ഗുണ്ടൂർ സ്വദേശി...ഏതോ ഹോട്ടലിലെ റിസപ്ഷനിസ്റ്റ്...അവളാണ് ഈ രഹസ്യനാമം പുറത്തുവിട്ടത്....തെലുങ്കത്തികൾക്ക് പൊതുവെ കനത്ത നിതംബമാണത്രേ. വൈവിധ്യമുള്ള പിൻഭാഗങ്ങളിൽ ഗവേഷണം നടത്തുന്ന ഒരു പ്രൊഫസർ പ്രമീളയെ പഠിപ്പിച്ചിരുന്നു.... നര സിംഹാചാരി... നിതംബത്തിന് അദ്ദേഹം കൊടുത്ത പര്യായമാണ് ബോട്ടംപ്ലീജിയ... ഇതൊരു സീക്രട്ട് കോഡായതുകൊണ്ട് നമുക്കതിനെ പബ്ലിക്കായി ഉപയോഗിക്കാം. ആർക്കും മനസിലാവുകയുമില്ല. ഇനി യിപ്പോൾ സുനിലിനും അത് പരസ്യമായ സത്യമാണ്.

ആട്ടെ, പറഞ്ഞുവന്നതെന്താണ്, എനിക്ക് ജോലികിട്ടാനുണ്ടായ സാഹചര്യം.... ഡയറക്ടർ ആ പകൽകൊണ്ട് എന്നെ അവസാനിപ്പിച്ചില്ല. ജോയിൻ ചെയ്ത പിറ്റേ മാസം എന്റെ കൂടെ വർക്കിനു വന്നു. വരുമ്പോൾ മുംബൈയിൽനിന്നും ഒന്നാന്തരമൊരു ഹൈഹീൽ ചെരിപ്പ് കൊണ്ടുവന്നു. ഇന്റർവ്യു ദിവസത്തെ അനുഭവം കഴിഞ്ഞുമടങ്ങുമ്പോൾ അദ്ദേഹം എന്നിൽ ശ്രദ്ധിച്ചത് എന്റെ ചെരിപ്പാണത്രെ. ഒരു സാദാ ലെതർഫിറ്റിങ്.... ലോക്കൽ പീസ്.....ഇതിന്റെ സ്ഥിരമായ ഉപയോഗം ബോട്ടംപ്ലീജിയയുടെ രൂപം കളയും എന്നതാണ് അദ്ദേഹത്തിന്റെ വിനീതമായ കണ്ടെത്തൽ.... പിൻഭാഗത്തിന്റെ ആകൃതി നിലനിർത്തണമെങ്കിൽ ഷാർപ്പ് ഹീൽസ് ഉപയോഗിക്കണമത്രെ....എങ്കിൽ ബോട്ടംപ്ലീജിയയും ഷാർപ്പായി രിക്കും....അദ്ദേഹം പറഞ്ഞു.

ഈ ഒറ്റപ്പാലത്തുകാരിയുടെ വ്യാകുലതകൾ അദ്ദേഹത്തി നറിയില്ലല്ലോ. അറിയേണ്ട കാര്യവുമില്ല. അന്നു രാത്രിയും അദ്ദേഹ ത്തിന്റെ ഇഷ്ടത്തിന് വഴങ്ങിക്കൊടുക്കുമ്പോൾ മനസിൽ പഠിപ്പു പൂർത്തിയാക്കി എന്തു ചെയ്യണമെന്നറിയാതെ നിൽക്കുന്ന അനിയത്തി മാരായിരുന്നു.....പ്രമേഹം അധികരിച്ചു വലതുകാൽ മുറിച്ചുകളഞ്ഞ അച്ഛൻ...അനിശ്ചിതത്വത്തിന്റെ ആകാശത്തിൽ കണ്ണലച്ച് നമഃശിവായ ജ പിച്ചിരിക്കുന്ന അമ്മ...അവർക്ക് അന്നം മുട്ടാതിരിക്കണമെങ്കിൽ എല്ലാമാ സവും മൂന്നാം തീയതിയെങ്കിലും എന്റെ മണി ഓർഡർ കിട്ടണം.... അതിനുള്ള പണം വേണമെങ്കിൽ ഡയറക്ടർ കനിയണം.... അതിനാൽ സാർ, എന്റെ ബോട്ടംപ്ലീജിയ താങ്കൾക്ക്....ഞാൻ കരയാതെ പറഞ്ഞു. പക്ഷേ, അതിൽ ഒരു കരച്ചിൽ കണ്ടിട്ടെന്നപോലെ അദ്ദേഹം ആശ്വസിപ്പിച്ചു.

“പുവർ ഗേൾ...ഐ വിൽ ടേക് കെയർ യുവർ ഫാമിലി....”

അങ്ങനെ പറഞ്ഞ് അദ്ദേഹം വീണ്ടും കൈയോടിച്ചത് അവിടെ ത്തന്നെ...പുരുഷന്റെ കൈ അവനറിയാതെ സഞ്ചരിക്കുന്ന സ്ത്രീശരീര ത്തിലെ ഏക പ്രദേശമാണത്രെ ബോട്ടംപ്ലീജിയ... നരസിംഹാചാരിയുടെ കണ്ടെത്തലാണ്. ശരിയാണോ സുനിൽ?

എന്ത്, അറിയില്ലെന്നോ? ആദ്യാനുഭവം വരാനിരിക്കുന്നേ ഉള്ളു വെന്നോ? അതാണോ എന്നോടുള്ള ആകർഷണം? വൈകുന്നേരം കടൽത്തീരത്തേക്ക് ക്ഷണിച്ചതും ചൂടിനെക്കുറിച്ച് സംഭാഷണം തുടങ്ങിയതും ഈ നിമിഷത്തിലേക്ക് എത്താനായിരുന്നോ? എങ്കിൽ നിനക്ക് തെറ്റി...ഓപ്പൺനസ് ഇഷ്ടപ്പെടുന്ന ക്യാരക്ടറാണ് എന്റേത്... തുറന്ന പ്രകൃതമായിരിക്കുക....കുഴപ്പങ്ങൾ പലതുണ്ട്. എങ്കിലും അവസാനം ആ സ്വഭാവനന്മ സ്വീകരിക്കപ്പെടും....അനുഭവം അതാണ് ....എന്റെ മാനേജരുടെ കാര്യം തന്നെയെടുത്തോളു. അയാളുടെ ആദ്യത്തെ വരവാണ്. സ്കൂട്ടി ഓടിച്ചിരുന്നത് ഞാൻ.....വണ്ടിയിൽനിന്നും ഇറങ്ങുമ്പോൾ സപ്പോർട്ടിനുവേണ്ടി അയാൾ പിടിച്ചത് എന്റെ ഇടുപ്പിൽ ....ബോട്ടംപ്ലീജിയ ആരംഭിക്കുന്ന ഭാഗം.....പെട്ടെന്ന് എനിക്കൊരു തരിപ്പുണ്ടായി....നോക്കിയപ്പോൾ അയാൾ പറഞ്ഞു:

‘‘വീഴാതിരിക്കാൻ പിടിച്ചതൊന്നുമല്ല....ഐ ലൈക്ഡ് ദാറ്റ് ഏരിയാ....’’

പിന്നെ കാതിൽ മന്ത്രിച്ചു.

“ദി ഡിവൈൻ പോർഷൻ ഫ്രം വേർ യുവർ ബട്ടക്സ് സ്റ്റാർട്ട്സ്....”

ആ തുറന്നു പറച്ചിൽ എനിക്കിഷ്ടപ്പെട്ടു. ഞാൻ ചിരിക്കുക മാത്രം ചെയ്തു. ആ ചിരി മൗനസമ്മതമായി അയാൾ കരുതിയിരിക്കണം.... പിന്നീട് വണ്ടിയിൽ ഇരിക്കുമ്പോൾ അയാൾ തന്റെ കൈവിരലുകൾ എന്റെ പിന്നിൽ ചലിപ്പിച്ചുകൊണ്ടിരുന്നു.....ഇതൊരു പതിവായപ്പോൾ ഞാൻ പറഞ്ഞു:

“ഇനിമുതൽ സാർ വണ്ടിയോടിക്കൂ....ഞാൻ പിന്നിൽ ഇരിക്കാം....”

അതിന് വളരെ ലളിതമായ മറുപടിയാണ് അയാൾ പറഞ്ഞത്.

“എനിക്ക് ഈ വണ്ടിയോടിച്ച് പരിചയമില്ല...”

വാസ്തവത്തിൽ സൈക്കിൾ ബാലൻസ് മതി സ്കൂട്ടിയോടിക്കാൻ. പക്ഷേ, ഞാനൊന്നും പറഞ്ഞില്ല. അയാളുടെ ആഗ്രഹങ്ങൾ നടക്കട്ടെ. എന്റെ ഇമ്മീഡിയറ്റ് ബോസല്ലേ....തെറ്റിയാൽ തൽക്കാലം നഷ്ടം എനിക്കു തന്നെയാണ്. അത് അയാൾക്കും അറിയാം. അതുകൊണ്ടാ യിരിക്കാം ഇത്രയും സ്വാതന്ത്ര്യമെടുത്തത്.

ഒരിക്കൽ അലെൻസോളിയുടെ ഒന്നാന്തരം ഒരു ജീൻസ് അയാളെ നിക്ക് സമ്മാനമായി കൊണ്ടുതന്നു.

“മനി മനി ഹാപ്പി റിട്ടേൺസ് ഒഫ് ദ ഡേ....”

എന്റെ പിറന്നാളെന്ന് ഞാനറിയുന്നത് അപ്പോഴാണ്. അവന്യു റീജന്റിൽവെച്ചു നടന്ന ആദ്യ റൗണ്ട് ഇന്റർവ്യൂവിൽ ബയോഡേറ്റ നോക്കി അയാൾ ജനനതീയതി മനസിലാക്കിവെച്ചിരുന്നു.

സമ്മാനത്തിന് നന്ദി പറയുമ്പോൾ ഞാൻ എന്റെ സന്ദേഹവും പ്രകടിപ്പിച്ചു.

"ജീൻസ് എനിക്ക് ചേരില്ല സാർ..."

"ആരു പറഞ്ഞു? ഗീതയുടെ സ്ട്രക്ച്ചറിന് ഇത് നന്നായി ചേരും... നല്ല ക്രാഫ്റ്റുള്ള കുട്ടികൾക്കുവേണ്ടി നിർമിക്കപ്പെട്ടതാണ് ജീൻസ്. ..അതിന് പ്രത്യേക എടുപ്പാണ്..."

അന്നുവരെ ഞാൻ ജീൻസ് ഇട്ടിരുന്നില്ല. അതിനാൽ അളവിനെക്കുറിച്ചും മറ്റും സംശയമുണ്ടായിരുന്നു.

"ഇട്ടുനോക്കി സൈസ് ശരിയല്ലെങ്കിൽ മാറ്റാം....പക്ഷേ, ഇതുതന്നെ വേണം...."

ഒരു നിമിഷം ആലോചിച്ചു നിന്നപ്പോൾ മാനേജർ പറഞ്ഞു:

"ഞാൻ താമസിക്കുന്ന ഹോട്ടലിൽ തന്നെയാണ് ഷോപ്പ്.... എന്റെ മുറിയിൽ വന്ന് ഇട്ടുനോക്കാം...പ്ലീസ്...ഫീൽ ഫ്രീ...."

എത്ര സമർഥനാണിയാൾ എന്നു മനസിൽ വിചാരിച്ചു. അത് മൂന്നാമത്തെ അനുഭവമായിരുന്നു.

ചെറിയച്ഛൻ, സേൽസ് ഡയറക്ടർ, പിന്നെ ഫീൽഡ് മാനേജർ....

അതിനാൽ സുനിൽ, എനിക്കിതിൽ അത്ര പുതുമയൊന്നുമില്ല.

ആദ്യം കടൽത്തീരത്ത് കാറ്റുകൊള്ളാൻ ക്ഷണിച്ച നീ ഇപ്പോൾ ഹോട്ടൽ പ്രസിഡന്റിലേക്ക് ഡിന്നറിന് ക്ഷണിക്കുന്നു. സമ്മതം മൂളിയാൽ ബിയറിന്റെ അകമ്പടിയോടെയാവാം അല്ലേ ഡിന്നർ എന്നു ചോദിക്കും. ആദ്യം ഒരു കുപ്പി, പിന്നെ രണ്ട്, മൂന്ന്...അപ്പോഴേക്കും വിശപ്പില്ലാതാവും. ശരീരം കുഴഞ്ഞ് വണ്ടി ഓടിക്കാൻ പറ്റാതാവും....

എന്നാൽ ഒരു മുറിയെടുക്കാം അല്ലേ എന്നു നീ ചോദിക്കും. അതിനും സമ്മതം മൂളിയാൽ പിന്നെ....

അതിനാൽ വളച്ചുകെട്ടും വെള്ളം ചേർക്കലും ഒന്നും വേണ്ട. എന്തെങ്കിലും നേട്ടം മുന്നിൽ കണ്ടുകൊണ്ടു തന്നെയാണ് ഇക്കാലത്ത് ആളുകൾ ബന്ധങ്ങൾ സ്ഥാപിക്കുന്നത്. കാര്യം കഴിഞ്ഞാൽ വലിച്ചെറിയുകയും ചെയ്യും. എന്റെ സേൽസ് ഡയറക്ടറെയും ഫീൽഡ് മാനേജരെയുംകൊണ്ട് എനിക്ക് ഗുണങ്ങളുണ്ട്....അതുകൊണ്ടാണ് ഞാൻ വഴങ്ങിയത്....

നിന്നെക്കൊണ്ട് എനിക്കെന്തുനേട്ടം? പറയ്..എന്തെങ്കിലും തരത്തിൽ കാര്യമുണ്ടോ? അതിനാൽ ഞാൻ മുന്നോട്ടുവെയ്ക്കുന്ന ഒരു വ്യവസ്ഥയ്ക്ക് നീ തയാറാണെങ്കിൽ ഒന്നല്ല രണ്ടല്ല മൂന്നു മുഴുവൻ രാത്രികളും നീയെന്നെ എടുത്തോ...എപ്പോഴെല്ലാം തോന്നുന്നുവോ അപ്പോഴെല്ലാം വിളിച്ചോ...ഞാൻ സന്തോഷത്തോടെ വരാം....

വ്യവസ്ഥ വളരെ ലളിതമാണ്.

എന്റെ അനിയത്തിമാരിൽ ഒരാളെ നീ കല്യാണം കഴിക്കണം. ഒരു വക്കീലിന്റെ സഹായത്തോടെ സ്റ്റാമ്പ് പേപ്പറിൽ എഗ്രിമെന്റുണ്ടാക്കാം. വിശ്വാസവഞ്ചനയ്ക്ക് എന്തെങ്കിലും വകുപ്പുണ്ടാകുമല്ലോ ഇന്ത്യൻ

ശിക്ഷാനിയമത്തിൽ. അതിനുശേഷം പറഞ്ഞോ, ഞാനെവിടെ വരണമെന്ന്...അയാം റെഡി...

ഒരു മഹാപ്രവാഹം വന്ന് നമ്മളെയല്ലാം വൈകാതെ തട്ടിക്കൊണ്ടു പോകും സുനിൽ... ഞാനെന്നല്ല, നീയെന്നല്ല നമുക്കാർക്കും തന്നെ ഈ ശക്തിക്ക് മുന്നിൽ പിടിച്ചുനിൽക്കാനാവില്ല. എല്ലാവരും പറയുംപോലെ ഫാഷനുവേണ്ടി നീയും വേണമെങ്കിൽ അതിനെ ഗ്ലോബലൈസേഷൻ എന്നു വിളിച്ചോ. എനിക്കറിയണ്ട.... എന്റെ ഒരനിയത്തിയെങ്കിലും രക്ഷപ്പെട്ടു കണ്ടാൽ മതി.

അപ്പോൾ സ്റ്റാമ്പ് പേപ്പറുമായി നാളെ.... ഓകെ...ബായ്..ഗുഡ്നൈറ്റ്...

എട്ടുകെട്ട്

കിടപ്പുമുറിയിൽ കണ്ടില്ല.

കുളിമുറിയിലും കണ്ടില്ല.

വായനാമുറിയിൽ ചെന്നു നോക്കിയപ്പോൾ അവിടെയും കണ്ടില്ല.

"വിഷ്ണുവേട്ടാ..."

അഞ്ചരസെന്റ് ഭൂമിയിൽ മുക്കാലും കൈയടക്കിയിരിക്കുന്ന വീടിനു ചുറ്റും ഒരോട്ടപ്രദക്ഷിണം നടത്തി.

"വിഷ്ണുവേട്ടാ..."

മറുപടിയില്ല.

അഞ്ചുമിനിട്ടു മുമ്പാണ് വിഷ്ണുമോഹൻവർമ്മ വീട്ടിലേക്കു വന്നുകയറിയത്. വൈകിട്ട് വന്നാലുടൻ തേനൊഴിച്ച ഗ്രീൻ ടീ നിർബന്ധമാണ്. ബാഗ് മുറിയിൽവെച്ച് വസ്ത്രം മാറി കൈകാൽ കഴുകി വരുമ്പോഴേക്കും അഖില പച്ചച്ചായയുമായി മുമ്പിലെത്തും. അത് കുടിച്ചു തീരുംവരെ ഫാനിനടിയിൽ കാറ്റുകൊള്ളാനിരിക്കും. ചായയുടെ ഹരിതം നുണഞ്ഞുകൊണ്ട് ഓരോരോ വിശേഷങ്ങൾ പറയും.

ഈ പതിവാണ് ഇന്ന് തെറ്റിയത്.

ബാഗ് വെച്ച മാത്രയിൽ ഇനി പുറത്തെങ്ങാനും പോയിരിക്കുമോ എന്ന എണ്ണത്തിൽ അഖില ഗേറ്റ് തുറന്ന് പാതയിലേക്കിറങ്ങി. പാത അവസാനിപ്പിക്കുന്നിടത്തെ പെട്ടിക്കടയിൽ ഇടയ്ക്ക് സിഗരറ്റ് വാങ്ങാൻ പോകാറുള്ളതാണ് വർമ്മ. അവിടെ കാണാഞ്ഞ് തിരിച്ച് വീട്ടിലേക്ക് കയറുമ്പോൾ ടെറസിൽ ഒരനക്കം കണ്ടു. അസ്തമയസൂര്യൻ ആഞ്ഞടിക്കുന്ന ടെറസിൽ ഈ നേരം നിൽക്കാൻ തന്നെ പാടാണ്. മാത്രമല്ല, ഈ സമയത്ത് വിഷ്ണുമോഹൻവർമ്മ ടെറസിലേക്ക് പോകേണ്ട

കാര്യവുമില്ല. പക്ഷേ, ഒരനക്കം... ഒരു ശബ്ദം എന്നിങ്ങനെ ഒരു സാന്നിധ്യം പ്രകടമായതുകൊണ്ട് അഖില ടെറസിലേക്ക് നീട്ടി വിളിച്ചു.

"വിഷ്ണുവേട്ടാ.."

മറുപടിയൊന്നും കാണാഞ്ഞപ്പോൾ ടെറസിൽ കിതച്ചെത്തി.

പൊരിവെയിലത്ത് ഒരു ടെലിസ്കോപ്പും കണ്ണിൽ ഘടിപ്പിച്ച് ഒരു വിദൂരദൃശ്യം ആസ്വദിക്കുകയാണ് വിഷ്ണുമോഹൻവർമ്മ. ഈ ടെലിസ്കോപ്പ് മുൻപ് കണ്ടിട്ടില്ലാത്തതിനാൽ പുതിയതൊന്ന് വാങ്ങുകയോ ആരുടെയെങ്കിലും കൈയിൽനിന്ന് കടംകൊള്ളുകയോ ചെയ്തതാവാമെന്ന് അഖില നിരൂപിച്ചു. വെയിൽ ആറിയശേഷമോ നാളെ കാലത്തോ വീക്ഷിക്കാമെന്നിരിക്കെ പെട്ടെന്നുണ്ടായ ഒരുൾവിളിയാൽ എന്നപോലെ ഈ നിമിഷംതന്നെ ടെറസിൽ കയറിയിരുന്ന് ഈ യന്ത്രം മുഖത്ത് ഘടിപ്പിച്ചതെന്തിനാണ്?

മലനിരകളുടെ വിദൂരമായ അടിത്തട്ടിൽ പേരറിയാത്ത മരക്കൂട്ടങ്ങൾക്കു നടുവിൽ പ്രൗഢിയോടെ നിൽക്കുന്ന ഒരു എട്ടുകെട്ടിലേക്കാണ് വിഷ്ണുമോഹൻവർമ്മ കുഴൽക്കണ്ണാടി തിരിച്ചുവെച്ചിരിക്കുന്നത്. ഇവിടെ താമസം തുടങ്ങിയ നാൾ ആദ്യം ശ്രദ്ധിച്ചതും ആ കെട്ടിടമായിരുന്നു. താൻ കുട്ടിക്കാലം ചെലവഴിച്ച കോവിലകത്തെ ഇതോർമപ്പെടുത്തുന്നുവെന്ന് വർമ്മ വികാരപ്പെട്ടു. കഴിഞ്ഞതവണ പോയപ്പോൾ ആ ജന്മസൗധത്തിന്റെ സ്ഥാനത്ത് ഫ്ളാറ്റ് സമുച്ചയങ്ങളും ഷോപ്പിങ് മാളുകളും കണ്ട് തരിച്ചുനിന്ന് കരഞ്ഞുപോയത്രേ. ആ ബാലസ്മൃതിയാണ് ഇപ്പോൾ ഇവിടെ പുനരവതരിച്ചിരിക്കുന്നതെന്ന് വന്നനാൾതന്നെ വർമ്മ വാചാലനായി.

രാത്രി എട്ടുകെട്ടിന്റെ ഏറ്റവും മുകളിലത്തെ മുറിയിൽ ഒരു ലൈറ്റു തെളിഞ്ഞു. ടെറസിൽ ഇരുന്നുകൊണ്ടുള്ള മുകൾക്കാഴ്ചയിൽ അതൊരു ലൈറ്റ് ഹൗസിന്റെ പ്രതീതി ഉളവാക്കി.

"ഞങ്ങളുടെ കുട്ടിക്കാലത്തും കോവിലകത്ത് ഇതുപോലൊരു ലൈറ്റ് കത്തിച്ചുവെയ്ക്കുമായിരുന്നു....ബ്രിട്ടീഷുകാരുടെ കാലത്ത് നിർമിച്ച ലൈറ്റ്..." വർമ്മ ചെറിയ കുട്ടിയായി, "ഏറനാട്ടിൽ എവിടെനിന്നു നോക്കിയാലും അതിന്റെ വെളിച്ചം കാണാമായിരുന്നുവത്രേ...."

"പക്ഷേ," അഖില വർമ്മയുടെ ഭൂതകാലവിചാരങ്ങൾക്കു തടയണയിട്ടു, "തമിഴ്നാട്ടിൽ എട്ടുകെട്ട് എന്ന കൺസപ്റ്റ് ഇല്ലല്ലോ വിഷ്ണുവേട്ടാ...."

അതൊരു സത്യമാണെന്ന് ആ നിമിഷം മാത്രമാണ് വർമ്മയ്ക്ക് ബോധമുണ്ടായത്. തമിഴ്നാട്ടിൽ നാലുകെട്ട്, എട്ടുകെട്ട് എന്നിങ്ങനെ കേരളീയ സമ്പ്രദായങ്ങളിലുള്ള നിർമിതികളില്ല. തഞ്ചാവൂർ, കുംഭകോണം, മായാവരം, മധുരൈ ഭാഗങ്ങളിൽ ചെറുതും വലുതുമായ നിരവധി അഗ്രഹാരങ്ങളുണ്ട്.

പഴയ പണ്ണയ്യാർ ഇല്ലങ്ങളുണ്ട്. രാജാക്കന്മാരും നാടുവാഴികളും തേവർ വംശജരും വാണിരുന്ന വലിയ കൊട്ടാരങ്ങളുണ്ട്. എട്ടുകെട്ടിന്റെ പാരമ്പര്യം എവിടെയെങ്കിലുമുള്ളതായി കേട്ടറിവോ കണ്ടറിവോ ഇല്ല. അപ്പോൾ തനിക്കങ്ങനെ തോന്നാൻ കാരണം?

"എവിടെയെങ്കിലും എന്തെങ്കിലും ഒരു സാമ്യം കണ്ടിട്ടുണ്ടാവും...." അഖില പറഞ്ഞു, "അല്ലാതെ തമിഴ്നാട്ടിൽ അതും കോയമ്പത്തൂരിൽ എവിടെ നിന്ന് എട്ടുകെട്ട്?"

കോയമ്പത്തൂർ നഗരത്തിൽനിന്നും അൽപ്പം ഉള്ളോട്ടു തള്ളി പ്രശാന്തമായ ഒരു ഗ്രാമത്തിലാണ് വർമ്മ പുതുതായി പണികഴിപ്പിച്ച വീട്. കമ്പനിയിൽനിന്നും വി ആർ എസ് കൈപ്പറ്റി സ്വസ്ഥമായി ജീവിക്കാൻ പറ്റിയ ഒരന്തരീക്ഷം അന്വേഷിച്ചുകൊണ്ടിരിക്കുമ്പോൾ ഗുണ ശേഖരനാണ് ഈ സ്ഥലം നിർദേശിച്ചത്. ഹരിതഭംഗിയും കാലാവ സ്ഥയും കൈയിലൊതുങ്ങുന്ന തുകയും ആകർഷണമായി.

സ്ഥലം കാണാൻ വന്ന ആദ്യദിവസം പക്ഷേ, സൈറ്റിൽ ഒരു പാ മ്പിനെ കണ്ടു. ഉഗ്രവിഷമുള്ള ഒരു ഫണമൂർഖൻ....കുഞ്ഞുംനാൾ തൊട്ടേ പാമ്പുകളെ ഭയമായിരുന്നുവെങ്കിലും എവിടെയുണ്ടെന്നു കേട്ടാലും ചെന്നുകാണാനുള്ള ഔത്സുക്യവുമുണ്ടായിരുന്നു. പത്തിൽ പഠിക്കുമ്പോൾ എടക്കരയിലെ ഒരു വീട്ടു കിണറ്റിൽ രാജവെമ്പാല കുടുങ്ങിയിട്ടുണ്ടെന്നറിഞ്ഞ് ബസിലും ജീപ്പിലുമായി ഇരുപതു കിലോ മീറ്ററോളം സഞ്ചരിച്ചു കണ്ടുവന്നു. എല്ലാ ജാതികളെക്കുറിച്ചും വിശദ വിവരങ്ങൾ ശേഖരിച്ചു വെയ്ക്കുമായിരുന്നതിനാൽ കോളേജ് സുഹൃത്തുക്കൾ 'റെപ്റ്റൈൽ എൻസൈക്ലോപീഡിയ' എന്നൊരു ചുരുക്കപ്പേര് ചാർത്തിയിരുന്നു. ചിലർ 'പാമ്പൻ' എന്ന് ഒളിഞ്ഞു വിളിച്ചു.

സ്ഥലം കാണാൻ വന്ന ദിവസംതന്നെ പാമ്പിനെ കണ്ടത് ദുർനിമിത്തമായി കരുതി പിൻവലിയാൻ നിൽക്കുമ്പോൾ ഗുണശേഖരൻ പറഞ്ഞു:

"അവർ സ്വസ്ഥമായി വിഹരിച്ചിരുന്ന സ്ഥലത്തേക്കാണ് നാം മൈഗ്രേറ്റ് ചെയ്തുവരുന്നത്... കുറെ വീടുകൾ വന്നു കഴിയുമ്പോൾ താനേ അവരങ്ങ് പൊയ്ക്കൊള്ളും..."

ഒരു കാലത്ത് കാടു പിടിച്ചുകിടന്ന ഭൂപ്രദേശങ്ങളാണ് ഇപ്പോൾ ടൗൺഷിപ്പുകളായി രൂപാന്തരപ്പെട്ടുകൊണ്ടിരിക്കുന്നത്. പണ്ട് പുലിയും കരടിയും സ്വൈരമായി വിളയാടിയിരുന്ന സ്ഥലമാണത്രെ. സമീപ കാലത്തുവരെ ആനകളെ കണ്ടവരുണ്ട്. അവശിഷ്ടങ്ങൾ കൊത്തിപ്പെ റുക്കാൻ വലിയ ഇനം കഴുകന്മാർ എവിടെനിന്നോ പറന്നെത്താറുണ്ട്. മനുഷ്യനത്ര വലിപ്പമുള്ള കഴുകന്മാർ...

"ഇങ്ങനെയൊരു സ്ഥലത്ത് വീട് വെയ്ക്കണോ?"

കോയമ്പത്തൂർ നഗര പരിധിയിൽനിന്നും ഒമ്പത് കിലോമീറ്റർ മാത്രം

അകലെ ഇത്രയും തുച്ഛമായ വിലയ്ക്ക് എവിടെ സ്ഥലം കിട്ടുമെന്ന് ഗുണശേഖരൻ ചോദിച്ചു.

"ഉടനെ വീടു പണിയേണ്ട" അയാൾ നിർദേശിച്ചു. "സ്ഥലം വാങ്ങിച്ചിടുക... ഏഴെട്ടുവർഷം അവിടെ കിടക്കട്ടെ...ഡവലപ് ചെയ്ത ശേഷം ആരംഭിച്ചാൽ മതി...അല്ലെങ്കിൽ വിൽക്കാമല്ലോ..ബാങ്ക് ഇന്ററസ്റ്റിനേക്കാൾ എന്തായാലും റിട്ടേൺസ് കിട്ടും....."

സ്വന്തം അളിയന്റെ സ്ഥലമായതുകൊണ്ടായിരിക്കാം ഗുണശേഖരൻ ഇത്രയും താൽപ്പര്യമെടുക്കുന്നത് എങ്കിൽക്കൂടി അതൊരു ബുദ്ധി പൂർവമായ നീക്കമായിരിക്കുമെന്ന് വർമ്മയ്ക്കും തോന്നി. ഏഴെട്ടു വർഷമൊന്നും വേണ്ടിവന്നില്ല പക്ഷേ, പുരോഗതിക്ക്. കഷ്ടി നാലുവർഷ മാവുമ്പോഴേക്കും വനപ്പച്ചയ്ക്കു നടുവിൽ വീടുകൾ പിറന്നു. പുതിയ കോളനികൾ രൂപപ്പെട്ടു. "ഗേറ്റഡ് കമ്യൂണിറ്റി" എന്ന പുതിയ അലങ്കാരം പ്രചാരത്തിൽ വന്നു. വിദേശ നിക്ഷേപകരുടെ വൻ മുതൽമുടക്ക് ഗ്രാമത്തെ നഗരമാക്കി. അവരിൽ പലരും വർഷത്തിലൊരിക്കൽ മാത്രം വരുന്നവരായിരുന്നു. സ്ഥലത്തെ കാലാവസ്ഥയും നഗരത്തെ അപേക്ഷി ച്ചുള്ള സംരക്ഷണവും പരിഗണിച്ചാവണം കുറെ വൃദ്ധ സദനങ്ങളും രൂപംകൊണ്ടു. ആവശ്യക്കാരുണ്ടായിരുന്നതിനാൽ നാൾക്കുനാൾ അവ എണ്ണത്തിൽ അധികരിച്ചു.

ഇങ്ങനെയൊരു പരിണതി സംജാതമായപ്പോൾ മാത്രമാണ് വിഷ്ണുമോഹൻ വർമ്മയ്ക്ക് വീടു പണിയാനുള്ള ധൈര്യം വന്നത്.

അഖിലയുടെ ചോദ്യത്തിൽനിന്ന് തൽക്കാലം തടിയൂരിയെങ്കിലും ആ രാത്രി അയാൾ അതുതന്നെ ഓർത്തുകൊണ്ടിരുന്നു. തമിഴ്നാട്ടിൽ അതും കോയമ്പത്തൂരിൽ എവിടെനിന്ന് ഒരു എട്ടുകെട്ട്?

അതൊരു വെളുത്തവാവു ദിനമായിരുന്നു. ഭക്ഷണംകഴിഞ്ഞ് കിടന്ന് അൽപ്പം കഴിഞ്ഞപ്പോൾ വർമ്മ പെട്ടെന്നെഴുന്നേറ്റു. അലമാരയിൽ സൂക്ഷിച്ചിരുന്ന ടെലസ്ക്കോപ്പെടുത്തു. വിസ്ക്കിയും പാട്ടുകൾ നിറച്ച ഐപ്പോഡും ഒരു കുപ്പിവെള്ളവും എടുത്ത് ടെറസിലേക്കു പുറപ്പെട്ടു.

രാത്രി ടെറസിലേക്കു പോകുന്നത് ഇതാദ്യമായി കാണുകയായി രുന്നു; ഭക്ഷണത്തിനുശേഷം ഡ്രിങ്കു കഴിക്കുന്നതും. ഇതെന്തിനുള്ള പുറപ്പാടായിരിക്കുമെന്ന് അഖില അന്തിച്ചു. വർമ്മ ഉത്തരമൊന്നും പറഞ്ഞില്ല. മദ്യം കഴിക്കുമ്പോൾ കൂടെ ഇരിക്കുന്നത് സ്വതേ ഇഷ്ടമില്ലാ ത്തതുകൊണ്ട് ടെറസിലേക്കു പോയില്ല. കുറേക്കഴിഞ്ഞ് ഉറക്കത്തിലേക്ക് വീഴാറായപ്പോൾ ടെറസിൽ നൃത്തച്ചുവടുകൾ കേൾക്കുന്നതുപോലെ. ആർ സി റൂഫിൽ വെറുതെ ഒന്നു നടന്നാൽപ്പോലും കിടക്കറയിൽ ശബ്ദം കേൾക്കും.

അഖില എഴുന്നേറ്റു ചെന്ന് നോക്കുമ്പോൾ തോളിൽ ഞാത്തിയിട്ട ടെലിസ്ക്കോപ്പും കൈയിൽ വിസ്ക്കി ഗ്ലാസുമായി ഡാൻസ് ചെയ്യുക

യാണ് വർമ്മ. കാതിൽ ഘടിപ്പിച്ചിരിക്കുന്ന ഐപ്പോഡിലെ പാട്ടുകൾക്കൊത്താണ് ചുവടുകൾ പിറക്കുന്നത്.

നിലാവെളിച്ചത്തിൽ അങ്ങു ദൂരെ എട്ടുകെട്ട് അവ്യക്തമായി കണ്ടു. ഏറ്റവും മുകളിലത്തെ മുറിയിൽ ഒരു ഒറ്റലൈറ്റു മാത്രം ഇമ പൂട്ടാതെ ഉറക്കമിളച്ചിരുന്നു.

അഖിലയെ കണ്ടതും ആനന്ദനൃത്തം അവസാനിച്ചു. നിനച്ചിരിക്കാത്ത സമയത്തുള്ള അവളുടെ വരവ് വർമ്മയെ പ്രക്ഷുബ്ധനാക്കി.

“നിന്നോട് ആരിവിടെ വരാൻ പറഞ്ഞു?”

അഖില മുഖം താഴ്ത്തി.

“ടെറസിലെ ശബ്ദം കേട്ടപ്പോൾ ഞാൻ...”

“ശബ്ദം കേട്ടാൽ വന്ന് ശല്യപ്പെടുത്തണമെന്നാണോ?

ഓർക്കാപ്പുറത്തുള്ള വർമ്മയുടെ ഭാവമാറ്റവും അട്ടഹാസവും കേട്ട് അഖില ഞെട്ടി.

“എല്ലാം നശിപ്പിച്ചു ഡാമിറ്റ്...”

വർമ്മ വിസ്കി ഗ്ലാസ് വലിച്ചെറിഞ്ഞു. എട്ടുകെട്ടിനെ ഒന്നു നോക്കിയശേഷം താഴേക്കു നടന്നു.

ആ രാത്രി അഖില ഉറങ്ങിയില്ല. വർമ്മയിൽ കണ്ടു തുടങ്ങിയ മാറ്റങ്ങൾ അവളെ ഭയപ്പെടുത്തി. സ്ഥലവും സംസ്ഥാനവും വെച്ച് ഇതൊരു എട്ടുകെട്ടാവാനുള്ള വിദൂര സാധ്യതപോലുമില്ലെന്ന് എത്ര പറഞ്ഞിട്ടും മനസിലാക്കാനുള്ള സാമാന്യ ബുദ്ധിപോലും വർമ്മയ്ക്കില്ലെന്നാണോ? അതോ കുട്ടിക്കാലവും അതിന്റെ സ്മൃതികളും നിറഞ്ഞ ഭ്രമാത്മകമായ ഒരു ലോകത്തിൽ നിന്നുകൊണ്ട് സത്യത്തോട് കലഹിക്കുകയോ? മദ്യം കഴിച്ചാൽ സാധാരണ രണ്ടും മൂന്നും തവണ മൂത്രമൊഴിക്കാൻ എഴുന്നേൽക്കും. അന്ന് അതുണ്ടായില്ല. എന്തെല്ലാമോ പിച്ചും പേയും പറയുന്നത് അഖില ശ്രദ്ധിച്ചു.

പിറ്റേന്ന് കാലത്ത് വർമ്മയുടെ നിലവിളി കേട്ടാണ് ഉണർന്നത്. നോക്കുമ്പോൾ തൊട്ടപ്പുറത്ത് പണിനടക്കുന്ന ഫ്ളാറ്റ് സമുച്ചയത്തിനരികിൽ ചെറിയൊര് ആൾക്കൂട്ടം. ഒറീസയിൽനിന്നും ബീഹാറിൽ നിന്നും ഇറക്കുമതി ചെയ്ത പണിക്കാരാണ്. ആൾക്കൂട്ടത്തിനിടയിൽ നിന്നും ഇടവിട്ടുള്ള ഒരലർച്ച കേട്ടു. വലിയ വടിയുമായി രണ്ടുമൂന്നുപേർ. പാമ്പുകടിയേറ്റതാകണമെന്ന് വർമ്മ ഉറപ്പിച്ചു.

“വല്ല ശംഖുവരയനോ രാജവെമ്പാലയോ ആയിരിക്കും....ഡെഡ്ലി വെനമസ്...”

ചെറിയ കുട്ടികളെപ്പോലെ വർമ്മ നിന്നു വിറച്ചു. വല്ലാത്തൊരു ഭയത്തിലും നടുക്കത്തിലും മുഖം ഭീതിദമായി.

“പാമ്പുകൾ ഇഷ്ടവിഹാരം നടത്തിയിരുന്ന സ്ഥലമാണ്” വർമ്മ കിതച്ചു, “എത്രയൊക്കെ വീടുകൾ വന്നാലും അവിടവിടെ ഒന്നോ രണ്ടോ

കാണും... ഞാനൊന്നു നോക്കീട്ടു വരാം..."

പല്ലുപോലും തേക്കാതെ ഷർട്ടുപോലും ഇടാതെ വർമ്മ ഇറങ്ങി. അഖില അപ്പോൾ തലേന്നാൾ രാത്രി അയാളിൽ കണ്ട അസാധാരണ പെരുമാറ്റ രീതികളെക്കുറിച്ച് ആലോചിക്കുകയായിരുന്നു. വർമ്മയുടെ മനസിൽ ഇപ്പോഴും വെളിച്ചം കടക്കാത്ത ചില ഇടനാഴികളുണ്ടെന്ന് അവൾക്കു തോന്നി. ആ ഇരുട്ടിന്റെ പ്രസരണമാവണം ഇന്നലെ കണ്ടത്.

പോയ വേഗത്തിൽ വർമ്മ തിരിച്ചു വന്നു. ഒരു പണിക്കാരൻ പയ്യന് ഷോക്കടിച്ചതാണെന്നും മോട്ടോറിന്റെ കാപ്പിൽ കുടുങ്ങിപ്പോയ കൈ എടുക്കാൻ കഴിയാതെ അവനാണ് അലറി നിലവിളിച്ചതെന്നും വർമ്മ പറഞ്ഞു. അവനെ തൊട്ടാൽ തൊട്ടവനും ഷോക്കടിക്കുമെന്നതിനാലാണ് മറ്റു രണ്ടുപേർ വടിയുമായി ഓടിയതത്രെ.

"ഞാൻ വിചാരിച്ചതുപോലെ അത് ശംഖുവരയനോ രാജവെമ്പാലയോ ഒന്നുമല്ല..."

"ഇതുതന്നെയാണ് ആ എട്ടുകെട്ടിന്റെ കാര്യത്തിലും എനിക്കു പറയാനുള്ളത്" കിട്ടിയ അവസരം പാഴാക്കാതെ അഖില പറഞ്ഞു, "എങ്ങനെയോ മനസിൽ കടന്നുകൂടിയ റോംഗ് കൺസപ്ഷൻ...ഒരുതരം ഇല്യൂഷൻ...ആരോടെങ്കിലും ഒന്നന്വേഷിച്ചുനോക്കൂ..."

"അത് ഒരു എട്ടുകെട്ടാവരുതെന്ന് നിനക്കെന്താ ഇത്ര വാശി?"

വർമ്മ വാദിക്കാനുള്ള പുറപ്പാടിലാണെന്നു തോന്നി.

"എനിക്കൊരു വാശിയുമില്ല..." അഖില ഗ്ലാസിലേക്ക് ചായ പകർന്നു. "ഞാൻ ബുദ്ധിപൂർവം ചിന്തിച്ചു എന്നു മാത്രം..."

"ബുദ്ധിയില്ലാതെയാണോ ഞാൻ എഞ്ചിനിയറിംഗ് പഠിച്ച് പാസായത്?"

"ബുദ്ധിയില്ലെന്നു ഞാൻ പറഞ്ഞില്ല" അഖില ജാഗ്രതയോടെ സംസാരിച്ചു, "പ്രായോഗിക ബുദ്ധി കുറവാണെന്നേ ഉദ്ദേശിച്ചുള്ളൂ..."

"തമിഴ്നാട്ടിൽ, അതും മനുഷ്യന് എത്തിപ്പെടാൻ പറ്റാത്ത മലയടിവാരത്ത് കേരളീയ പാരമ്പര്യത്തിലുള്ള ഒരു എട്ടുകെട്ട് പ്രായോഗികമാണോ എന്നു മാത്രമാണ് എന്റെ ചോദ്യം...." അഖില ഒരു ജേതാവിനെപ്പോലെ സംസാരിച്ചു.

"ഞാൻ ഇതു ചോദിക്കുമ്പോഴെല്ലാം വിഷ്ണുവേട്ടൻ ഒഴിഞ്ഞു മാറുന്നതാണ് കാണുന്നത്..."

അഖിലയുടെ ആധികാരികതകണ്ട് വർമ്മ ഒരു നിമിഷം സ്തംഭിച്ചു. പിന്നെ പറഞ്ഞു:

"ഐ വിൽ പ്രൂവ് ദിസ്..."

"തെളിയിച്ചു കാണിക്കാൻ ഇതു നമ്മൾ തമ്മിലുള്ള മൽസരമല്ല" അഖില ചായഗ്ലാസ് കാലിയാക്കി, "സ്വാഭാവികമായ എന്റെ സംശയങ്ങൾ മാത്രം...."

വർമ്മ അന്ന് പുറത്തെങ്ങും പോയില്ല. ഫോണിലൂടെയും നെറ്റിലൂടെയും ആരെയെല്ലാമോ ബന്ധപ്പെട്ടുകൊണ്ടിരുന്നു. വരാന്തയിൽ മനനിമ്മതിയില്ലാത്തവനെപ്പോലെ നടക്കുമ്പോൾ നഖം കടിച്ചുകൊണ്ടിരുന്നു. ഏഴുവർഷത്തെ കൂട്ടുജീവിതത്തിൽ അന്നാദ്യമായി പട്ടാപ്പകൽ അയാൾ വിസ്ക്കി കഴിക്കുന്നത് അഖില ശ്രദ്ധിച്ചു.

ഉച്ചയ്ക്ക് വീടിനു മുന്നിൽ ചെറിയൊരു പെട്ടി ഓട്ടോ വന്നു നിന്നു. അതിന്റെ കരിയറിൽനിന്നും മുളന്തണ്ടുകളും വൈക്കോലും ഉണങ്ങിയ തെങ്ങോല മെടഞ്ഞതും ചുമന്നുകൊണ്ട് ജോലിക്കാരെന്നു തോന്നിച്ച രണ്ടു തമിഴൻമാർ ടെറസിലേക്ക് പോകുന്നതു കണ്ടു. വർമ്മയും പിന്നാലെ പോയി. എന്തിനാണ്, ഏതിനാണ് എന്നൊന്നും അഖിലയ്ക്ക് പിടികിട്ടിയില്ല. അപഥമായ മനസിന്റെ സഞ്ചാരങ്ങളെ താൻ വിചാരിച്ചാൽ കടിഞ്ഞാണിട്ടു നിർത്താൻ കഴിയില്ലെന്ന് അവൾ നിശ്ശബ്ദയായി. കുടുംബജീവിതത്തിൽ താളപ്പിഴകൾ ആരംഭിക്കുന്നതിന്റെ പ്രഥമ ലക്ഷണങ്ങൾ അവൾ മുന്നിൽ കണ്ടു. വീട്ടുകാർക്ക് എന്തെങ്കിലും സൂചനകൾ കൊടുത്തുവെയ്ക്കുന്നത് നല്ലതായിരിക്കുമെന്ന് മനസിൽ തിട്ടപ്പെടുത്തി.

ടെറസിലെ പണി പൂർത്തിയാക്കിയ ജോലിക്കാർ വന്ന ഓട്ടോയിൽ ത്തന്നെ തിരിച്ചുപോയി. എങ്ങോട്ടെന്നുപോലും പറയാതെ അവർക്കു പിന്നിൽ വർമ്മയും കാറോടിച്ചുപോയി.

ടെറസിൽ ചെന്നു നോക്കുമ്പോൾ മുളന്തണ്ടും ഓലമെടഞ്ഞതും വൈക്കോലുംകൊണ്ട് ചെറിയൊരു ഏറുമാടം പണിതിരിക്കുന്നത് കണ്ടു. അന്തിവെയിലിൽനിന്നും രാത്രി മഞ്ഞിൽനിന്നും സംരക്ഷണം നൽകുന്ന ചെറിയൊരു ഏറുമാടം. ഇനി അതിൽ ഇരുന്നുകൊണ്ടായിരിക്കും വർമ്മ എട്ടുകെട്ടിലേക്ക് ശ്രദ്ധപതിപ്പിക്കാൻ പോകുന്നതെന്ന് അഖില നിരൂപിച്ചു.

ഇതുമായി ബന്ധമില്ലാത്ത ഒരു സംഗതി പെട്ടെന്ന് മനസിനെ ഗ്രസിച്ചു. വിവാഹംകഴിഞ്ഞ് ഏഴു വർഷമായിട്ടും ഒരു കുഞ്ഞുണ്ടാവാത്തതിന്റെ വിഷമം വർമ്മയെ അലട്ടുന്നതായി കണ്ടിട്ടില്ല. ഡോക്ടറെ കാണുന്ന കാര്യം പറയുമ്പോഴെല്ലാം തണുത്ത സമീപനമാണ്. താൻ മുൻകൈയെടുത്താലാവട്ടെ എന്തെങ്കിലും തിരക്കുകൾ പറഞ്ഞ് ഒഴിഞ്ഞുമാറുകയും ചെയ്യുന്നു. ഒരു കുഞ്ഞിന്റെ വരവും അതിന്റെ വളർച്ചയും വർമ്മ ഭാരമായി കരുതുന്നുണ്ടാവുമോ?

തിരിച്ചുവരുമ്പോൾ വർമ്മയോടൊപ്പം വേറെ രണ്ടുപേരുണ്ടായിരുന്നു. മുൻപ് കാണുകയോ പറഞ്ഞു കേൾക്കുകയോ ചെയ്യാത്തവർ.... അവരെ പരിചയപ്പെടുത്തിയശേഷം ഒരു വിജയിയെപ്പോലെ വർമ്മ പ്രസ്താവിച്ചു:

“അവസാനം കൺഫൊ ചെയ്തു അഖില..... അതൊരു എട്ടുകെട്ട് തന്നെയാണ്....”

പിന്നെ വർമ്മ വിശദീകരിച്ചു:

തൃത്താലയിലെ ഒരു കുട്ടിശങ്കരമേനോൻ പണികഴിപ്പിച്ചതാണ് ഈ എട്ടുകെട്ട്. മേനോൻ ജനിച്ചുവളർന്ന തൃത്താലയിലെ കെട്ട് ചില നവീകരണങ്ങളോടെ ഒരു ഹെറിറ്റേജ് ഹോട്ടലാക്കാൻ ആവശ്യക്കാർ വന്നുവത്രെ. അവർ വലിയ തുക വാഗ്ദാനം ചെയ്തപ്പോൾ കൂടപ്പിറപ്പുകൾ കാലുവാരി. മേനോന് പക്ഷേ, പണമായിരുന്നില്ല ആവശ്യം. വല്ലപ്പോഴും നാട്ടിലേക്കു വരുമ്പോൾ സ്വസ്ഥമായി താമസിക്കാനും പഴയ കാലത്തിൽ വ്യവഹരിക്കാനും കുട്ടിക്കാലത്തിന്റെ മധുരം തുളുമ്പുന്ന എട്ടുകെട്ട്! ഹോട്ടലുകാർ വാഗ്ദാനം ചെയ്തതത്രയും വലിയ തുക കൈയിലില്ലാതിരുന്നതിനാൽ കൂടപ്പിറപ്പുകളുടെ ഒറ്റക്കെട്ടായ തീരുമാനത്തിനു മുന്നിൽ കണ്ണടച്ച് കൈകെട്ടി നിൽക്കേണ്ടി വന്നു.

കാലാന്തരത്തിൽ കുട്ടിശങ്കരമേനോൻ കാശുകാരനായി. വലിയ ബിസിനസ് ശൃംഖലയുടെ അധിപന് കോയമ്പത്തൂരിൽ ശാഖകളായി. കാലാവസ്ഥ കണ്ട് ഇഷ്ടപ്പെട്ടതിനാൽ ചുരുങ്ങിയ വിലയ്ക്ക് ഭൂമി വാങ്ങി പഴയകാലം തിരിച്ചുപിടിക്കാൻ നിർമിച്ചതാണ് തൃത്താലയിലെ പൂർവസ്മൃതിയെ അനുസ്മരിപ്പിക്കുന്ന ഈ എട്ടുകെട്ട്. കുലദേവതയായ കുളത്തൂർ ഭഗവതിയെയും അവിടെ കുടിയിരുത്തിയിരിക്കുന്നു. രണ്ടു കാവൽക്കാരും മൂന്ന് വിദേശയിനം നായ്ക്കളും കെട്ടിനു കാവൽ നിൽക്കുന്നു. വർഷത്തിൽ രണ്ടോ മൂന്നോ തവണ മേനോൻ ഇവിടെ വന്നു താമസിക്കും. കൂടെ കുടുംബവുമുണ്ടാവും. അപ്പോൾ തൃത്താലയിൽനിന്നും ദേഹണ്ണക്കാർ ഇവിടെയെത്തും. എണ്ണതേച്ചുകുളിയും നീന്തൽക്കുളത്തിലെ നീരാട്ടും മലയടിവാരത്തിലൂടെയുള്ള സായാഹ്ന സവാരിയും നാടൻ ഊണും ഉറക്കവുമെല്ലാംകഴിഞ്ഞ് മടങ്ങുമ്പോൾ കാഴ്ചയിൽ വിദൂരമാവുന്ന എട്ടുകെട്ടിനെ നോക്കി മേനോൻ കരയുമത്രെ.

വർമ്മ ഒറ്റവായിൽ എല്ലാം പറഞ്ഞു തീർത്തു. എന്നിട്ടു ചോദിച്ചു:

“ഇപ്പോ വിശ്വാസമായോ?”

കേട്ടാൽ വിശ്വസം തോന്നുന്ന കാര്യങ്ങൾ തന്നെയാണ്. എല്ലാം അഖില വിചാരിച്ചു. പക്ഷേ, ഈ കഥകളുടെ വാസ്തവികതയ്ക്ക് എന്താണ് ആധാരം? നേരംപോക്കിന് കെട്ടിച്ചമച്ചുണ്ടാക്കിയ ജൽപ്പനങ്ങളാണെങ്കിൽ?

‘‘ഇവരാണ് തെളിവുകൾ...’’ വർമ്മ കൂടെ നിൽക്കുന്നവരെ ചൂണ്ടിപ്പറഞ്ഞു: “ജീവിതത്തിൽ ഇതുവരെ കളവു പറയാത്തവർ...”

വർമ്മ അവരെയും കൂട്ടി ടെറസിലേക്കു പോയി. അടുക്കളയിലേക്ക് ഫോൺ വിളിച്ച് ചായയുണ്ടാക്കാൻ പറഞ്ഞു. ഒരേ വീട്ടിനുള്ളിൽ ഇരുന്നുകൊണ്ട് ഫോണിലൂടെ വർത്തമാനം പറയുന്ന അനുഭവം ഇതാദ്യമായിട്ടായിരുന്നു.

ചായയും കൊണ്ട് ടെറസിലെത്തുമ്പോൾ മറ്റൊരു വിചിത്ര കാഴ്ചയിൽ വർമ്മ അന്തം വിട്ടു നിൽക്കുന്നതാണ് കണ്ടത്.

ശബ്ദം താഴ്ത്തി അയാൾ പറഞ്ഞു:

"അഖിലേ....അതാ ഒരു കഴുകൻ..."

കുറച്ചപ്പുറത്ത് ഇനിയും വീടുകൾ പൊന്തിയിട്ടില്ലാത്ത മൊട്ടപ്പറമ്പിൽ ഒരു മനുഷ്യനത്രയും വലിപ്പമുള്ള ഒരു കഴുകൻ! കഴുകന്റെ പിൻഭാഗം മാത്രമാണ് ടെറസിൽനിന്നും ദൃശ്യമാവുന്നത്. ചിറകുകൾക്കും തലയുടെ ഉപരിതലത്തിനും ഒരേ കറുപ്പുനിറം. ഈ കഴുകന്റെ കാലുകളും കൊക്കും എന്തുമാത്രം വലുതായിരിക്കുമെന്ന് വർമ്മ വിഭാവന ചെയ്തു. ഏതു നിമിഷവും കഴുകൻ ടെറസിലെത്തിതന്നെയും കാലിൽ കൊളുത്തി പറന്നുപോയേക്കുമെന്ന് ഭയന്നുവോ ആവോ, മുഖം വക്രമായി.

സൂക്ഷ്മനിരീക്ഷണത്തിൽ അതൊരു കഴുകനല്ലെന്ന് അഖിലയ്ക്കു തോന്നി. മലവിസർജനം നടത്താൻ ഇരിക്കുന്ന ആരോ ആണത്. കറുത്ത കമ്പിളികൊണ്ട് തലവഴിയേ പുതച്ചിരിക്കുന്നു.

അഖിലയുടെ എണ്ണം ശരിയായിരുന്നു. അൽപ്പനേരത്തിനുള്ളിൽ കഴുകൻ എഴുന്നേറ്റ് നടക്കാൻ തുടങ്ങി. തലവഴി മൂടിയിരുന്ന കമ്പിളി നീക്കിയപ്പോൾ ഉള്ളിലെ മനുഷ്യരൂപം ആവരണം അഴിഞ്ഞ് പുറത്തുവന്നു.

"വാട്ട് എ ഷെയിം....വാട്ട് എ പിറ്റി?"

വർമ്മയുടെ കൂടെ വന്നവർ മൂക്കത്ത് വിരൽവച്ചു. അഖില അന്ധാളിപ്പില്ലാതെ താഴേക്കിറങ്ങിപ്പോയി; തന്റെ എണ്ണം പിഴച്ചില്ലല്ലോ എന്ന അഹങ്കാരത്തോടെ.

കുറേക്കഴിഞ്ഞ് സുഹൃത്തുക്കൾ പോയപ്പോൾ വർമ്മ വന്നു പറഞ്ഞു:

"നാളെ ഞങ്ങൾ മൂന്നുപേരുംകൂടി എട്ടുകെട്ടിലേക്കു പുറപ്പെടുന്നു...."

അഖില ഒന്നും പറഞ്ഞില്ല.

"കൃത്യമായ വഴിയൊന്നുമറിയില്ല....എങ്കിലും എത്തിപ്പെടാൻ പറ്റും എന്നാണ് വിശ്വാസം...."

അഖില ചപ്പാത്തി കുഴയ്ക്കാനുള്ള പുറപ്പാടിലായിരുന്നു.

"നീയെന്താ ഒന്നും മിണ്ടാത്തത്?"

വർമ്മയുടെ ശബ്ദം തെല്ലുച്ചത്തിലായി.

"ഒന്നും മിണ്ടാനില്ലാത്തതുകൊണ്ട്..."

"ഞാൻ നാളത്തെ യാത്രയുടെ ത്രില്ലിലാണ്" വർമ്മ ചെറിയ കുട്ടികളെപ്പോലെ തുള്ളിച്ചാടി.

"ആ സമയത്ത് നിനക്കെന്താ ഒരു മാതിരി സൈലൻസ്?"

അപ്പോഴും പ്രതികരണമൊന്നും കാണാഞ്ഞപ്പോൾ വിഷ്ണു മോഹൻ വർമ്മ അഖിലയുടെ മുടിക്ക് കുത്തിപ്പിടിച്ചു. അവൾ തീക്ഷ്ണമായി ഒന്നുനോക്കിയപ്പോൾ അയാൾക്ക് നിയന്ത്രണം തെറ്റി.

"നീയെന്താ എന്നെ പേടിപ്പിക്കുന്നോ?"

അഖിലയുടെ മുഖത്തും ചുമലിലും പിന്നെ പുറംഭാഗത്തും വർമ്മ

തന്റെ ശക്തി പരീക്ഷിച്ചു. അനന്തരം വിസ്ക്കി കുപ്പിയുമെടുത്തുകൊണ്ട് ഏറുമാടത്തിലേക്കു പാഞ്ഞു. ടെലിഫോൺ ഡയറക്ടറിയിൽ സൈക്യാട്രിസ്റ്റിന്റെ പേരും നമ്പരും തിരയുമ്പോൾ അഖിലയുടെ കണ്ണിൽനിന്നും ചുടുജലം ഇറ്റി.

ട്രാപ്പ്

ട്രാഫിക് ജംഗ്ഷനിൽ സിഗ്നലിനു കാത്തുനിൽക്കുമ്പോഴാണ് ഫോൺ ശബ്ദിച്ചത്. പരിചയമില്ലാത്ത നമ്പറാണ്. കട്ടു ചെയ്ത് പോക്കറ്റിൽ നിക്ഷേപിച്ചതും വീണ്ടും ശബ്ദിച്ചു. തിരിച്ചുവിളിക്കാം എന്നുപറയേണ്ട താമസം സിഗ്നൽ തെളിഞ്ഞു. അപരിചിത നമ്പറിന്റെ ഉടമ സ്വയം പരിചയപ്പെടുത്തി.

പേര് ജനീഫർ ലോപ്പസ്. ഒരു പ്രമുഖ ഇൻഷുറൻസ് കമ്പനിയുടെ ഏജന്റാണ്. പല ആനുകൂല്യങ്ങളും വാഗ്ദാനം ചെയ്യുന്ന പുതിയ പോളിസി എടുത്ത് സഹായിച്ചുകൂടെ എന്നറിയാൻ വിളിച്ചതാണ്.

എവിടെനിന്ന് നമ്പർ കിട്ടി എന്നു ചോദിക്കുന്നതിൽ കഴമ്പില്ലാത്ത കാലമായതിനാൽ അതിന് മുതിർന്നില്ല. അറുപതു വയസുവരെ ജീവിത സംരക്ഷണം ഉറപ്പുതരുന്ന രണ്ടു പോളിസികൾ ഇപ്പോൾത്തന്നെയുണ്ട്. അതാകട്ടെ, മാരകമായ പന്ത്രണ്ട് അസുഖങ്ങൾക്ക് കവറേജ് നൽകുന്നു മുണ്ട്. ഭാര്യ ഹേമയ്ക്കും മകൻ അഖിലിനും വേറെവേറെ പോളിസികൾ ഉള്ളതിനാൽ പുതിയ ഒരെണ്ണം തൽക്കാലം ഉദ്ദേശിക്കുന്നില്ലെന്ന് മറയില്ലാതെ പറഞ്ഞു. ജനീഫർ വിഷയം അവസാനിപ്പിച്ച് വിരമിക്കും എന്ന എണ്ണം തെറ്റി.

"ഓകെ..."

അവർ ഒന്നു നിർത്തി. പിന്നെ സങ്കോചമില്ലാതെ ചോദിച്ചു:

"സ്ത്രീവിഷയത്തിൽ താൽപ്പര്യമുണ്ടോ? ബി ഫ്രാങ്ക്...."

മുഖത്തടികൊണ്ടതുപോലെ ഹരിഹരൻ ഒന്നു തരിച്ചു. ഒരു സ്ത്രീ അപ്പോൾ മാത്രം പരിചയപ്പെട്ട ഒരുത്തനോട് ഇങ്ങനെയൊരു താൽപ്പര്യ ത്തെക്കുറിച്ച് അന്വേഷിച്ചതിൽ അവരുടെ ചങ്കൂറ്റത്തെ ഓർത്ത് ആശ്ച ര്യപ്പെട്ടു.

"ടെൽ മി ഫാസ്റ്റ്..."

ജനീഫറിന് ധൃതിയുള്ളതുപോലെ തോന്നി. അവർ പെട്ടെന്ന് കാര്യങ്ങൾ വിശദീകരിച്ചു. പല പ്രായത്തിലുള്ള മൂന്ന് സ്ത്രീകൾ ഇപ്പോൾ അവരുടെ കൈവശമുണ്ടത്രെ. രണ്ടുപേർ വിവാഹിതർ... ഭർത്താക്കന്മാർക്ക് വരുമാനമില്ലാത്തതിനാൽ കുടുംബം പോറ്റാൻ ഈ വഴിയിലേക്ക് ഇറങ്ങിത്തിരിച്ചവർ...അവിവാഹിതയായ ആന്ധ്രക്കാരി പെൺകുട്ടിക്കാണ് ഏറ്റവും മാർക്കറ്റ്. നിന്നുതിരിയാൻ സമയമില്ലാത്തതിനാൽ അവളെ ആവശ്യമുള്ളവർ ഒരാഴ്ച മുമ്പെങ്കിലും അറിയിക്കണമെന്നു മാത്രം.

"പക്ഷേ, ഒരു കണ്ടീഷൻ" ജനീഫർ വ്യവസ്ഥവെച്ചു. "അവളെ വേണമെന്നുണ്ടെങ്കിൽ എനിക്ക് പത്തുലക്ഷത്തിന്റെ ഒരു പോളിസിയും തരേണ്ടി വരും..."

ഒരു പ്രലോഭനത്തെ മുന്നിൽക്കാണിച്ച് ജനീഫർ കച്ചവടം ഉറപ്പിക്കാൻ ശ്രമിക്കുകയാണ്. വലിയ പോളിസികൾ എടുത്തു സഹായിക്കുമ്പോൾ ഏജന്റുമാർതന്നെ ആദ്യ പ്രീമിയം അടയ്ക്കുന്ന പതിവിനെക്കുറിച്ച് പറഞ്ഞുകേട്ടിട്ടുണ്ട്. ഇതു പക്ഷേ,...

"ഓകെ ബൈ..." ജനീഫർ യാത്ര പറഞ്ഞു, "ഈ നമ്പർ സേവ് ചെയ്തു വെയ്ക്കുക...എന്റെ ഈ സേവനം താങ്കളുടെ സുഹൃത്തുക്കൾക്കും ലഭ്യമാണ്. വേണമെന്നു തോന്നുമ്പോൾ..."

ബൈക്കിൽ മുന്നോട്ടു നീങ്ങുമ്പോൾ പലവിധ ആശങ്കകൾ മനസിനെ മൂടി. സ്വന്തം ശരീരത്തെപ്പോലും ഉൽപ്പന്നമാക്കുന്ന ഉപഭോഗ സംസ്കൃതിയെക്കുറിച്ച് ഇപ്പോൾ ധാരാളം പറഞ്ഞു കേൾക്കുന്നുണ്ട്. ക്ലബ്ബു ജീവിതവും രാത്രികൂട്ടായ്മകളും ഏറിവരുന്ന ഈ കാലത്ത് ഇത്തരം വ്യവഹാരങ്ങൾ സാധാരണമായിട്ടുണ്ടെന്ന് മുംബൈയിലെയും മറ്റും സുഹൃത്തുക്കൾ പറയാറുണ്ട്. പക്ഷേ, കേരളത്തിൽ അതും 0 വട്ടത്തിലുള്ള നമ്മുടെ നാട്ടിൽ? ലോകം ഇപ്പോൾ ആഗോളതലത്തിലാണല്ലോ ചിന്തിക്കുന്നതെന്ന് ഹരിഹരൻ നിരൂപിച്ചു.

ഉത്തരം കിട്ടാത്ത ഒരുപാട് ചോദ്യങ്ങൾ അപ്പോഴും മനസിൽ നിരന്നു. പണം സമ്പാദിക്കാനുള്ള വ്യഗ്രത മാത്രമായിരിക്കുമോ ജനീഫർ ഈ രംഗത്ത് എത്തിപ്പെടാനുണ്ടായ സാഹചര്യം? ആർക്കുവേണ്ടിയായിരിക്കും അവർ ഇങ്ങനെ വഴിവിട്ട് സഞ്ചരിക്കുന്നത്? സമൂഹത്തിൽ പല തട്ടുകളിലും ഇത്തരം റാക്കറ്റുകൾ പ്രവർത്തിക്കുന്നുണ്ടെന്നും ചിലർ നിയമത്തിന്റെ പിടിയിലാകുന്നുണ്ടെന്നും പത്രങ്ങളിൽ കാണുന്നു. അങ്ങനെ സംഭവിച്ചാൽ കഷ്ടപ്പെട്ടുണ്ടാക്കിയ ഈ സാധനങ്ങളും കൊണ്ട് അവരെവിടെപ്പോകും? ഒരുവേള ഇൻഷുറൻസ് ഏജന്റ് എന്നത് സത്യങ്ങളെ മറച്ചുപിടിക്കാനുള്ള മുഖംമൂടിയായിരിക്കുമോ?

പേര് കേട്ടിട്ട് ജനീഫർ ഫോർട്ട് കൊച്ചിയിലെ ഏതോ പുരാതന ക്രിസ്ത്യൻ കുടുംബത്തിലേതാണ് എന്നാണ് അനുമാനിക്കേണ്ടത്. തിരക്കിനിടയിൽ അവരുടെ പശ്ചാത്തലം ചോദിക്കാൻ വിട്ടുപോയി.

വീട്ടിലെത്തിയപ്പോൾ ഹേമ ചോദിച്ചു:

"എന്നാ ഒരുമാതിരിയാ ഇരുക്കേൾ?"

ഒന്നും പറഞ്ഞില്ല. പറഞ്ഞാലും മനസിലാവില്ല. അവളിന്നും ശുപ്പാമണി വാധ്യാരുടെ ഏകമകളാണ്. ഭർത്താവ്, കുട്ടി, കുടുംബം....ആ ചെറിയ ലോകത്തിലേക്ക് ജനീഫറെ പരിചയപ്പെടുത്തിയാൽ കാറ്റും കോളുമായിരിക്കും ഫലം. അനാവശ്യ സംശയങ്ങളും തലപൊക്കും. ആരോടെങ്കിലും ഉള്ളുതുറന്നില്ലെങ്കിൽ പക്ഷേ, ഉറക്കം വളരെ വിദൂരത്തിലായിരിക്കുമെന്നു ഹരിഹരന് ഉറപ്പായി.

ഹേമയും അഖിലും ഉറങ്ങിക്കഴിഞ്ഞപ്പോൾ എഴുന്നേറ്റു. വർഷങ്ങളായി പരിചയമുള്ള ഷഫീക്ക് അഹമ്മദ് വിശ്വസ്തനായ സുഹൃത്തും സഹപ്രവർത്തകനുമാണ്. തീർത്തും വ്യക്തിപരമായ കാര്യങ്ങൾവരെ സന്ദേഹമില്ലാതെ പറയാൻ കഴിയുന്നത് അവനോട് മാത്രമാണ്.

ഷഫീക്ക് പക്ഷേ, ഞെട്ടിയില്ല. ഒരു സാധാരണ സംഭവം കേൾക്കുന്ന ലാഘവത്തോടെ എല്ലാം കേട്ടിരുന്നു. അവസാനം ജനീഫറുടെ നമ്പർ ചോദിച്ചു.

"നിനക്കെന്തിനാ അവളുടെ നമ്പർ?"

"താങ്കളുടെ സുഹൃത്തുക്കൾക്കും ഈ സേവനം ലഭ്യമാണ് എന്നല്ലേ അവൾ പറഞ്ഞത്? എന്താ അതിന്റെ അർഥം?"

"നിനക്കെന്താ വല്ല പ്ലാനും?"

"ചിലപ്പോൾ ....വെറുതെ ഒരു രസത്തിന്...പക്ഷേ, അവളുടെ ഈ പോളിസി പരിപാടിക്കൊന്നും എന്നെ കിട്ടില്ല..."

ശുഭരാത്രി നേർന്ന് ഷഫീക്ക് ഫോൺ കട്ട് ചെയ്തു. പിരിമുറുക്കം ഒന്നയഞ്ഞു കിട്ടിയെങ്കിലും പറഞ്ഞത് അബദ്ധമായെന്ന് ഹരിഹരന് ബേജാറ് തുടങ്ങി. ഒരു ദുർബല നിമിഷത്തിൽ മനസിനെങ്ങാനും ഇളക്കം തട്ടുകയും ഷഫീക്ക് ജനീഫറുടെ സമീപം എത്തിപ്പെടുകയും ചെയ്താൽ?

നഗരത്തിൽ വ്യാപിച്ചുകിടക്കുന്ന അനേകം ശൃംഖലകളിൽ ഒന്നിന്റെ കണ്ണിയായാൽ? ഏതെങ്കിലും ചുറ്റുപാടിൽ എവിടെയെങ്കിലും വെച്ച് പിടിക്കപ്പെട്ടാൽ? വളഞ്ഞുതിരിഞ്ഞ് അവസാനം അന്വേഷണം തന്നിൽ വന്ന് വഴിമുട്ടിയാൽ?

വരികൾക്കിടയിലെ വായന എന്ന ശാപം വീണ്ടും ഹരിഹരന്റെ ഉറക്കം കെടുത്തി. ഏഴരാണ്ട് ശനി തുടങ്ങിയിട്ടുണ്ടെന്നും എല്ലാ ക്കാര്യത്തിലും പ്രത്യേക ജാഗ്രത വേണമെന്നും നാട്ടിലെ ജ്യോത്സ്യൻ പറഞ്ഞതായി അമ്മ എഴുതിയിരുന്നു. ആരുടെ ജാതകക്കേടുകൊണ്ടാണ് ജനീഫർ തന്റെ നമ്പർ തേടിപ്പിടിച്ച് ഇങ്ങോട്ട് വിളിച്ചത്? എന്ത് കാലക്കേടിനാണ് താനീ സ്വകാര്യങ്ങൾ ഷഫീക്കിനോട് വെളിപ്പെടുത്തിയത്?

"ആരുട്ട് പേശിനേൾ?"

ഹേമ ഉറങ്ങിയിട്ടില്ല. ഓരോ ഫോൺ വിളിയുടെ വിശദവിവരങ്ങളും അവൾക്കറിയണം. പറഞ്ഞാലും വിശ്വാസം വരാത്ത മട്ടിൽ സെല്ലിന്റെ

'കോൾ ലോഗ്' എടുത്ത് പരിശോധിക്കും. വന്ന കോളുകൾ, അങ്ങോട്ടുപോയവ, എടുക്കാൻ വിട്ടവ... ചില സന്ദർഭങ്ങളിൽ ഒളിഞ്ഞിരുന്ന് സംസാരം ശ്രദ്ധിക്കും. ഒരുതരം സംശയരോഗം...

നേരം പാതിരാവോടടുത്തിരിക്കുന്നു.

ഹരിഹരൻ പുതപ്പ് തലവഴിയേ മൂടി.

ഉറക്കത്തിലേക്ക് വഴുതി എന്നു തോന്നിയ നിമിഷത്തിൽ ഫോൺ ശബ്ദിച്ചു. ഷഫീക്കായിരിക്കും എന്നു കരുതി എടുത്തപ്പോൾ ഞെട്ടി. ജനീഫറാണ്. ഹേമയ്ക്ക് സംശയം തോന്നാതിരിക്കാൻ "JAN" എന്നു മാത്രമാണ് പേര് ചേർത്തിട്ടുള്ളത്. ജനാർദ്ദനന്റെ ചുരുക്കമാണെന്നു പിടിച്ചുനിൽക്കാമല്ലോ.

"ഉറങ്ങിയോ...?"

ജനീഫറുടെ കുഴഞ്ഞ ശബ്ദം...

പെട്ടെന്നു ദേഷ്യം വന്നു.

"രാത്രികാലം ഉറങ്ങാതെ പിന്നെ എന്തു ചെയ്യും?"

"സോറി ടു ഡിസ്റ്റർബ് യു ഡിയർ..."

"കാര്യം പറയൂ..."

നാളെ ക്ലോസിങ്ങാണെന്നും എങ്ങനെയെങ്കിലും ടാർഗറ്റ് എത്തിയില്ലെങ്കിൽ പ്രശ്നമാണെന്നും ജനീഫർ അങ്കലാപ്പ് കാണിച്ചു. ലോകം അവസാനിക്കാൻ പോകുന്നു എന്ന തോന്നലാണ് ഓരോ മാസാന്ത്യവും കമ്പനിക്ക്. അതിനുമുമ്പ് സാമ്രാജ്യം വെട്ടിപ്പിടിക്കണം.

ഫോൺ വയ്ക്കുന്നതിനുമുമ്പ് പഴയ സേവനത്തിന്റെ കഥ ആവർത്തിക്കാൻ മറന്നില്ല. ഇത്തവണ ഒരാകർഷണംകൂടി മുന്നോട്ട് വെച്ചു. വയസ്സ് അമ്പതോടടുത്തെങ്കിലും ശരീരവടിവുകൾ അസ്തമിച്ചിട്ടില്ലെന്ന് ജനീഫർ സ്വയം അവകാശപ്പെട്ടു. വേണ്ട ഭാഗങ്ങൾ ഇപ്പോഴും ചുളിവു തട്ടാതെ നിൽക്കുന്നു. അതിനാൽ ഞാനിപ്പോഴും തുറന്നു പിടിച്ച പുസ്തകം തന്നെയാണ്. താൽപ്പര്യമുള്ളവർക്ക് വായിക്കാനെടുക്കാം.

"ആരോട് ഫോൺ?"

പിന്നിൽ ഹേമ. "പോയിക്കിടന്നുറങ്ങുന്നുണ്ടോ" എന്ന് അൽപ്പം അമർഷമായപ്പോൾ അവൾ ഭയന്നു പിൻവാങ്ങി. തിരിച്ചുവന്നു കിടന്നപ്പോൾ വീണ്ടും, ഇരുട്ടിൽ നഖം കടിച്ചു തുപ്പുന്ന ഉറക്കം. ഇത്തവണ ഞെട്ടിപ്പിക്കുന്ന മറ്റൊരു തിരിച്ചറിവുകൂടി മനസിനെ ഗ്രസിച്ചു. മദ്യത്തിന്റെ ഉപയോഗം നിമിത്തം ജനീഫറുടെ സംസാരത്തിൽ കണ്ട പ്രകടമായ കൊഞ്ചിപ്പ്....

വാക്കുകൾക്ക് ദിശ തെറ്റുന്നുണ്ടായിരുന്നു.

പിറ്റേന്ന് കാലത്ത് വിളിച്ച് ജനീഫർ സോറി പറഞ്ഞു. ഒരു കസ്റ്റമറെ സുഖിപ്പിക്കാൻ അയാൾക്കൊപ്പം ഒരു ബോട്ടുയാത്ര വേണ്ടിവന്നുവെന്നും അയാളുടെ നിർബന്ധത്തിനുവഴങ്ങി സാധാരണത്തേതിലും ജാസ്തി കഴിച്ചുവെന്നും പാതിരാവെന്നുപോലും നോക്കാതെ വിളിച്ച് ശല്യം

ചെയ്തതിന് ക്ഷമിക്കണമെന്നും കുമ്പസാരിച്ചു.

"അപ്പൊ സാധാരണ കഴിക്കാറുണ്ടോ?"

തെല്ലും മടിയില്ലാതെ മറുപടി വന്നു.

"ദിവസവും...ദിവസവും കഴിക്കും..."

ക്ലബ്ബ് മീറ്റിങ്ങുകളിൽവച്ച് ഇത് തുടങ്ങിത്തന്ന ഭർത്താവ് ലോപ്പസ് തന്നെയാണ് തന്റെ ആദ്യഗുരുവെന്ന് ജനീഫർ കൂട്ടിച്ചേർത്തു. പിന്നെ ഇതൊരു ശീലമായി. തൊഴിലിന്റെ ഭാഗമായി. ഇതില്ലാതെ ഇപ്പോൾ ഉറങ്ങാൻ കഴിയില്ലെന്നായിട്ടുണ്ട്. തീർത്തും അടിമപ്പെട്ടു പോയതിനാൽ അസുഖത്തെ ഭയന്ന് വർഷത്തിലൊരിക്കൽ ലിവർ ഫങ്ഷനിങ് ടെസ്റ്റ് നടത്തുന്നു. കരൾ സംരക്ഷണം ഉറപ്പാക്കുന്ന മരുന്നുകൾ കഴിക്കുന്നു.

"എങ്കിൽ ഇത് നിർത്തിക്കൂടെ?"

"ആർക്കുവേണ്ടി...എന്തിനുവേണ്ടി?"

ജനീഫർ ഒച്ചപ്പെട്ടു. അവർ അമിതമായി കിതയ്ക്കുന്നുണ്ടെന്ന് ശബ്ദത്തിന്റെ ഏറ്റക്കുറച്ചിലിൽനിന്ന് മനസിലായി. സിഗരറ്റ് വലി ശീലമാക്കിയ ഒരാളുടെ നെഞ്ചിൽ നിന്നെന്നപോലെ വാക്കുകൾ തപിച്ചു. ചോദിച്ചപ്പോൾ ജനീഫർ അതും സമ്മതിച്ചു. പിന്നെ ഫലിതംപോലെ ഒരു സത്യം പറഞ്ഞു:

"മദ്യവും സിഗരറ്റും ബിലവഡ് ബ്രദേഴ്സിനെപ്പോലെയല്ലേ ഹരി...."

സംഭാഷണം അവസാനിക്കുന്നതിനു മുമ്പ് ചോദിച്ചു:

"ആരാണ് ഈ ഷഫീക്ക് അഹമ്മദ്?"

ഞൊടിയിടെ ഞെട്ടാതിരിക്കാൻ കഴിഞ്ഞില്ല. നമ്പർകിട്ടി ദിവസം തികയുംമുമ്പ് ഷഫീക്ക് ബന്ധപ്പെട്ടു കഴിഞ്ഞെന്നോ? എന്തായിരിക്കും അവന്റെ ലക്ഷ്യം?

ഒന്നും പറയാതെ ഒന്നു ചിരിച്ചെന്നുവരുത്തിയപ്പോൾ ജനീഫർ തുടർന്നു:

"ഷഫീക്ക് നിങ്ങളെപ്പോലെ ഒരു നാണംകുണുങ്ങിയല്ല കേട്ടോ...."

താൻ നാണംകുണുങ്ങിയാണെന്ന് ആരു പറഞ്ഞു? ഒരിക്കൽപ്പോലും നേരിൽക്കാണാതെ ശബ്ദത്തിലൂടെ സ്വഭാവ നിരീക്ഷണം നടത്താനുള്ള വൈഭവം ഇവർക്കെവിടെ നിന്നു കിട്ടി?

ഒന്നുംരണ്ടും പറഞ്ഞ് ജനീഫറുമായുള്ള ബന്ധം അതിരു കടക്കുന്നുണ്ടോ എന്ന് ഹരിഹരൻ സംശയിച്ചു. ക്ലോസിങ്ങിനു മണിക്കൂറുകൾ മാത്രം ബാക്കിനിൽക്കേ വീണ്ടും അവർ സഹായം അഭ്യർഥിച്ചു.

"ഒരു അഞ്ചു ലക്ഷത്തിന്റെ പോളിസിയെങ്കിലും എടുത്ത് സഹായിച്ചൂടേ...പ്ലീസ്..."

എങ്കിൽ തന്നെ കാത്തിരിക്കുന്ന സിങ്കപ്പൂർ യാത്രയെക്കുറിച്ച് ജനീഫർ വാചാലയായി, "കൂടെ ഭർത്താവിനെ കൂട്ടാം. ഭർത്താവില്ലാത്തവർക്ക് സുഹൃത്തിനെ...വേഗം തീരുമാനിച്ചോളൂ.... ആർക്കാണ് വരാൻ താൽപ്പര്യം? നിങ്ങൾക്കോ ഷഫീക്കിനോ?"

ഒരു വെട്ടിൽ അകപ്പെട്ടതുപോലെ ഹരിഹരൻ പകച്ചു. അഞ്ചു

ലക്ഷത്തിന്റെ പോളിസിക്ക് കൊടുക്കേണ്ട പ്രീമിയംതുക എന്തായാലും ഇപ്പോൾ സാധ്യമല്ല. ഷഫീക്കിനും കഴിയുമെന്നു തോന്നുന്നില്ല. അപ്പോൾ ജനീഫറോടൊപ്പം യാത്ര പങ്കിടുന്നത് ആരായിരിക്കും?

"സോറി ജനീഫർ...അയാം സോറി..."

അതു സാരമില്ലെന്ന് ജനീഫർ ശാന്തയായി. ഫോൺ വയ്ക്കുന്നതിനു മുമ്പ് അഭ്യർഥിച്ചു:

"എനിക്കുവേണ്ടി പ്രാർഥിക്കില്ലേ?"

"തീർച്ചയായും..."

ജനീഫറിന്റെ മാസാന്ത്യ ടാർഗറ്റിനും വിദേശയാത്രയ്ക്കുംവേണ്ടി ഹരിഹരൻ തന്റെ കുലദൈവത്തോട് കണ്ണടച്ചു.

ഒരു സന്ദേഹിയെപ്പോലെ ഹേമ ചുറ്റും നടക്കുന്നുണ്ടായിരുന്നു.

എന്തോ വീണുകിട്ടിയതുപോലെ അവൾ ഹരിഹരനെ പിൻതുടർന്നു. എത്ര ആവർത്തിച്ചു ചോദിച്ചിട്ടും ഹരിഹരൻ ജനീഫറെ പരാമർശിച്ചില്ല.

പിറ്റേന്ന് ഷഫീക്കിനെ നേരിടാനുള്ള തയാറെടുപ്പോടെ അതികാലത്തുതന്നെ ഓഫീസിൽ പുറപ്പെട്ടു. ആരോടോ ഫോണിൽ സംസാരിക്കുകയായിരുന്ന ഷഫീക്ക് ഹരിഹരനെ കണ്ടതും ശബ്ദം താഴ്ത്തുകയും ഫോൺ കട്ട് ചെയ്യുകയും ചെയ്തു. എന്തോ പന്തികേട് തോന്നിയതിനാൽ മുൻപിൻ നോക്കാതെ ചോദിച്ചു:

"അഞ്ചു ലക്ഷത്തിന്റെ പോളിസി കൊടുക്കാമെന്നേറ്റോ?"

"ഏറ്റാൽ?"

"എനിക്കൊരു ചേതവുമില്ല..." ഹരിഹരൻ സംയമനത്തോടെ സംസാരിച്ചു.

"നിനക്ക് അവളുടെ നമ്പർ തന്നത് ഞാനാണ്...അത് മറക്കണ്ട..."

"അവളെന്താ നിന്റെ സ്വകാര്യസ്വത്താണോ?"

ഷഫീക്ക് ക്ഷോഭത്തിൽ എഴുന്നേറ്റു.

"എ പബ്ലിക്ക് പ്രോപ്പർട്ടി...കൈയിൽ കാശുള്ളവന് എപ്പോൾ വേണമെങ്കിലും കയറിച്ചെല്ലാവുന്ന സ്ഥാപനം...."

ഹരിഹരന് പെട്ടെന്ന് വീറ് വർധിച്ചു.

"എന്നിട്ട് കയറിച്ചെല്ലാൻ തീരുമാനിച്ചോ?"

"ങാ..തീരുമാനിച്ചു...."

പൊടുന്നനെ ഷഫീക്ക് എങ്ങോട്ടോ പോകാൻ ധൃതി കാണിച്ചു. മുഖത്ത് റേബാൻ ഗ്ലാസും ചുണ്ടിൽ ഫിൽട്ടർ സിഗരറ്റും തിരുകി.

ഇറങ്ങുമ്പോൾ പറഞ്ഞു:

"നിന്നെ ഓവർ ടേക്ക് ചെയ്തു എന്ന ധാരണ വേണ്ട...എനിക്കൽപ്പം സ്പീഡ് കൂടുതലാ...അത്രേയുള്ളൂ...."

ഹരിഹരന്റെ കവിൾ കൈയിൽ ഉയർത്തിക്കൊണ്ടു തുടർന്നു.

"നിന്നോടെനിക്ക് നന്ദിയുണ്ട് പട്ടരേ..."

ഷഫീക്കിന്റെ ബൈക്ക് കുതിക്കുന്നത് മുകളിലത്തെ നിലയിൽ നിന്നും ഹരിഹരൻ നോക്കിക്കണ്ടു. ആർക്കാണ് ഇന്ന് ക്ലോസിങ്? ജനീഫർക്കോ ഷഫീക്കിനോ?

രാത്രി വളരെ വൈകി ജനീഫർ വിളിച്ചു. ക്ലോസിങ് വിജയകരമായിരുന്നുവെന്നും വിദേശയാത്ര നവംബറിലാണെന്നും സന്തോഷവതിയായി.

"എനിക്കുവേണ്ടി പ്രാർഥിച്ചതിന് നന്ദി..."

താൻ പ്രാർഥിച്ചത് ഇവരെങ്ങനെയറിഞ്ഞു?...

"നമ്മുടെ കുലദൈവം ഒന്നാണ് ഹരി...

തിരുപ്പതി വെങ്കിടാചലപതി..." ഒന്നുനിർത്തി ജനീഫർ തുടർന്നു:

"കുലദൈവത്തെ ആരു വിളിച്ചാലും എനിക്കു വിളികേൾക്കും..."

ആ വിഡ്ഢിത്തം കേട്ട് ഹരിഹരന് പൊട്ടിച്ചിരിക്കാതിരിക്കാൻ കഴിഞ്ഞില്ല. കോപം നിയന്ത്രിക്കാനുമായില്ല.

"യു സ്റ്റോപ് ദിസ് നോൺസൻസ്..."

"അങ്ങനെയേ തോന്നൂ..." ജനീഫർ അടക്കത്തിൽ പറഞ്ഞു, "പക്ഷേ, സത്യമറിഞ്ഞാൽ നീയും വിശ്വസിക്കും.."

"എന്തു സത്യം?"

നൊടിയിട ജനീഫർ നിശ്ശബ്ദയായി പിന്നെ ഗൃഹാതുരയായി.

"പെരുമ്പാവൂരിലെ കൂവപ്പടിയിൽ മീനാക്ഷി എന്ന പേരിൽ നിനക്കൊരു അത്ത*യുണ്ടായിരുന്നത് ഓർമയുണ്ടോ?"

കുഞ്ഞുംനാളിൽ നല്ലെണ്ണ പുരട്ടി കുളിക്കടവിലേക്കു കൊണ്ടുപോയിരുന്നതും, ചോറ് ഉരുളയാക്കിത്തരുമ്പോൾ വിക്രമാദിത്യ കഥകൾ പറഞ്ഞു തന്നിരുന്നതും, നവരാത്രിക്കാലങ്ങളിൽ ബൊമ്മക്കൊലുവിന് കൂടെ കൂട്ടിയിരുന്നതും, ദീപാവലിക്ക് പടക്കത്തിന്റെ തിരി തെറുത്തു തരുമായിരുന്നതും മീനാക്ഷി അത്തയായിരുന്നു. അഗ്രഹാരത്തിലെ വസന്തകാലത്തിന്റെ അടയാളം.

"മീനാക്ഷിയത്തയ്ക്ക് ജയന്തി എന്നൊരു മകളുണ്ടായിരുന്നത് ഓർമയുണ്ടോ?"

അത്തയുടെ മൂത്തമകളായിരുന്നു ജയന്തി. കുടുംബത്തിൽ പിറന്നുവീണ മുതൽസന്തതി. ആദ്യതരിയായതിനാൽ അളവിൽക്കവിഞ്ഞ് ചെല്ലം കൊടുത്തു. വയസറിയിച്ചു കഴിഞ്ഞപ്പോൾ രൂപലാവണ്യത്തിന്റെ പര്യായമായി ജയന്തി. ആരും ശ്രദ്ധിച്ചുപോകുംവിധം ഒരു പ്രഭാമയി. ആ അഴക് അവൾക്ക് വിനയായി. കോളേജിൽ ചേർന്ന ആദ്യവർഷംതന്നെ ഒരു മേത്തച്ചെറുക്കനുമായി അവൾ ലോഹ്യത്തിലായി. പഠിപ്പു നിർത്തലും ഒളിച്ചോട്ടവും രജിസ്റ്റർ വിവാഹവും എല്ലാം പെട്ടെന്ന്. സങ്കടം താങ്ങവയ്യാതെ അത്തിമ്പാർ** കഴുക്കോൽ വിട്ടത്തിൽ തന്റെ ഭാരം പരിശോധിച്ചു. ഇനി ജീവിക്കുന്നതിൽ അർഥമില്ലെന്ന് തോന്നി അത്തയും അതേ വഴി

---

* അച്ഛന്റെ സഹോദരി

** അത്തയുടെ ഭർത്താവ്

സ്വീകരിച്ചു.

ജയന്തിയെക്കുറിച്ച് പിന്നീട് പല കഥകളും കേട്ടു. വിവാഹം കഴിച്ച അതേ വേഗത്തിൽ വിവാഹബന്ധം വേർപെടുത്തിയെന്നത് ഒരു കഥ.

കുടുംബത്തിലേക്ക് തിരിച്ചു ചെല്ലാൻ കഴിയാത്തതിനാൽ ആരുടെയോ സഹായത്തിൽ ഗൾഫിലെത്തിയെന്നും അവിടെ അറബിയുടെ വീട്ടുവേലക്കാരിയായി കഴിയുന്നു എന്നത് വേറെ കഥ. അനേകം കഥകൾ ജയന്തിക്കുചുറ്റും ചിറകുവീശിപ്പറന്നു.

ഇപ്പോൾ എവിടെയാണ് എന്ന് ഒരു വിവരവുമില്ല.

"ആട്ടെ...ജനീഫർക്കെങ്ങനെ ജയന്തിയെ അറിയാം?"

ജനീഫർ പെട്ടെന്ന് മൗനിയായി. ചോദ്യം ആവർത്തിച്ചപ്പോൾ കരച്ചിലടക്കാൻ പാടുപെടുകയാണോ എന്നു തോന്നി. വിതുമ്പലിനിടയിൽ വാക്കുകൾ അവ്യക്തമായി. നേരമേറെക്കഴിഞ്ഞ് മനസ്സ് ശാന്തമായപ്പോൾ ജനീഫർ തന്റെ പിൻകാല ചരിത്രം വിവരിച്ചു. ഒരു ആൾമാറാട്ടം നടത്തിയതിൽ ദേഷ്യമുണ്ടോ എന്നു ചോദിച്ചു.

ഹരിഹരന് മേലാകെ ഒന്നു പൊട്ടിത്തരിച്ചു. കാഴ്ച മങ്ങുന്നതുപോലെ...ഏതോ കെട്ടുകഥയുടെ അകച്ചുഴികളിൽപ്പെട്ട് നട്ടം തിരിയുന്നതുപോലെ...

"പൊട്ടൻകളിയായിരുന്നില്ല ഈ നാടകം."

ജനീഫർ വിസ്തരിച്ചു. "ജയന്തി എന്നേ മരിച്ചു കഴിഞ്ഞു... അവശേഷിക്കുന്ന രണ്ടുകുട്ടികൾക്കുവേണ്ടി ഇപ്പോൾ ജീവിക്കുന്നത് ജനീഫറാണ്..."

മുഴുവനായും ചുരുൾ നിവരാത്ത ഉദ്വേഗകഥയുടെ ബാക്കിഭാഗങ്ങൾക്കായി ഹരിഹരൻ കാത് വട്ടംപിടിച്ചു.

"ഒരു വാട്ടി എന്ന് ജയന്തിയക്കാന്ന് കൂപ്പിട്..."

ജനീഫർ ആർദ്രയായി, "എത്രകാലമാച്ച്..."

അഗ്രഹാരത്തിലെ വിരസമായ അവധിക്കാലങ്ങളിൽ പല്ലാങ്കുഴി കളി പഠിപ്പിച്ചത് ജയന്തിയക്കാവായിരുന്നു. മാമ്പൂവും ഇഞ്ചിയും വെല്ലവും ചേർത്തരച്ച് നല്ല ചുക്കുമ്മാനം ഉണ്ടാക്കും. അൽപ്പം ഉയരക്കുറവുണ്ടായിരുന്നെങ്കിലും നല്ല മുഖശ്രീയായിരുന്നു. ഒരിക്കൽ വിനായക ചതുർഥിക്ക് ഗണപതിയമ്പലത്തിൽപ്പോയി തിരിച്ചുവരുമ്പോൾ അവിചാരിതമായി മഴ പെയ്തു. പരശുവിന്റെ വീട്ടുതിണ്ണയിലാണ് കയറി നിന്നത്. മഴനനഞ്ഞ വസ്ത്രങ്ങളിൽ ശരീരത്തിന്റെ ഭൂമിശാസ്ത്രം കണ്ടു. വലുതാവുമ്പോൾ ആരെങ്കിലും വലയെറിഞ്ഞു പിടിക്കുമെന്ന് അന്നേ തോന്നിയിരുന്നു.

"പ്ലീസ്..ജയന്തിയക്കാന്ന് കൂപ്പിട്.."

ഭൂമാത്മകമായ അവസ്ഥയിൽ നിന്നും മനസ്സ് അപ്പോഴും വിടുതിയായിരുന്നില്ല. അതിനാൽ മൗനത്തിൽ വിരമിച്ചു.

നാളെ നേരിൽ കാണണമെന്ന് ജനീഫർ എന്ന ജയന്തി വാശിപിടിച്ചു. സന്ധ്യക്ക് കുടുംബത്തെയും കൂട്ടി 'ഗ്രീൻ പാർക്ക്' ഹോട്ടലിൽ വരണ

മെന്നും തന്റെ വകയാണ് ഡിന്നറെന്നും അറിയിച്ചു. വാക്കു തന്നിട്ട് വരാതിരിക്കരുതെന്ന് നിഷ്കർഷിച്ചു.

ഫോൺ വയ്ക്കുന്നതിനുമുമ്പ് ഹരിഹരൻ ഒന്നുമാത്രം ചോദിച്ചു:

"എന്നോട് നമ്പർ എങ്കേത് കിടച്ചത്?"

"തൽക്കാലം അത് സസ്പെൻസ്.."

ജനീഫർ എന്ന ജയന്തി ഉറപ്പുനൽകി.

"നാളേക്ക് ചൊല്ലറേൻ..."

വീട്ടിലെത്തിയപ്പോൾ വീണ്ടും ഉറക്കംകെടുത്തുന്ന രാത്രി. ആരോടെങ്കിലും പറഞ്ഞ് മനസിന്റെ ഭാരം ഇറക്കണമെന്നു തോന്നി. ഹേമയ്ക്ക് ഇതുൾക്കൊള്ളാൻ കഴിയില്ല. വിശ്വസിച്ചെന്നും വരില്ല. എന്തെങ്കിലും അക്ഷരത്തെറ്റ് തോന്നിയാൽ ഡിന്നറിന് വരുന്നില്ലെന്നും പറഞ്ഞ് മുഖം പൂട്ടിയിരിക്കും. അതിനാൽ നാളത്തെ കൂടിക്കാഴ്ചയ്ക്കു ശേഷം വിസ്തരിക്കാമെന്നു വെച്ചു.

കഥയുടെ പുതിയ പരിണാമങ്ങളെക്കുറിച്ച് ഷഫീക്കിനോട് പറഞ്ഞാലോ? താൻ ആവർത്തിക്കുന്ന തെറ്റായിരിക്കും അതെന്നു തോന്നി. കാലത്ത് ഓഫീസിൽവെച്ച് അവൻ പുറത്തെടുത്ത കാട്ടായങ്ങൾ തന്നെ അവഹേളിക്കുന്നതായിരുന്നു.

"ഇന്നേക്കും അന്ത മൂധേവിയോട് ഫോൺ വന്തുതാ?"

ഇന്നലത്തെ സംഭാഷണങ്ങളിൽനിന്നും അവ്യക്തമായി ചിലത് കേട്ടതുകൊണ്ടാവണം ഹേമ പിറകേ എത്തി. ഒന്നും പറഞ്ഞില്ല. നാളെ തമ്മിൽ കാണുന്നതുവരെയല്ലേയുള്ളൂ ഈ സംശയങ്ങളും മൂടിക്കെട്ടിയ മുഖവും. അതുകഴിഞ്ഞാൽ എല്ലാം കലങ്ങിത്തെളിയുന്നു.

പിറ്റേന്ന് ഓഫീസിൽ ഷഫീക്കിനെ കണ്ടില്ല. ലീവിലാണെന്ന് അറ്റൻഡർ പറഞ്ഞു. വൈകുന്നേരമായപ്പോൾ പക്ഷേ, അവിചാരിതമായി അവന്റെ ഫോൺ.

"നിന്നെ ഉടനെയൊന്നു കാണണം..."

വാക്കുകളിൽ പരിഭ്രമം തിങ്ങുന്നതുപോലെ തോന്നി.

"കാര്യം?"

"അത്യാവശ്യമാണ്...ഞാൻ ഒരപകടത്തിൽപ്പെട്ടിരിക്കുന്നു...."

"എന്തപകടം?"

"ഫോണിൽ പറഞ്ഞാൽ ശരിയാവില്ല" ഷഫീക്കിന്റെ വർത്തമാനത്തിന് ബൈക്കിന്റെ വേഗത, "ഒന്നു നേരിൽ കാണണം..."

ഹേമയും അഖിലും റെഡിയായിക്കഴിഞ്ഞു. ഗ്രീൻപാർക്കിലേക്ക് പോകേണ്ടതിനാൽ നാളെ കാണാമെന്നു പറഞ്ഞു. ഉടനെ കാണണമെന്ന് അവന് ശാഠ്യമായി.

"നീ വിചാരിച്ചാൽ ഞാൻ ചിലപ്പോൾ രക്ഷപ്പെട്ടേക്കും..."

നിമിഷങ്ങൾക്കുള്ളിൽ ഷഫീക്ക് കുതിച്ചെത്തി.

മാസാന്ത്യ ക്ലോസിങ്ങിന് അഞ്ചുലക്ഷത്തിന്റെ പോളിസി തന്നു സഹായിക്കണമെന്ന് ജനീഫർ അഭ്യർഥിച്ചതനുസരിച്ചാണ് താൻ

പോയതെന്ന് ഷഫീക്ക് ആരംഭിച്ചു. കണ്ടുമുട്ടിയത് ഗ്രീൻപാർക്കിലെ 108–ാം നമ്പർ മുറിയിൽ. പ്രലോഭിപ്പിക്കുന്ന വേഷത്തിലും അംഗചലനത്തിലും മനസിന്റെ നിയന്ത്രണമറ്റു. ജനീഫറെ കാണുന്നതിനു പിന്നിൽ അങ്ങനെയൊരാഗ്രഹംകൂടി ഉണ്ടായിരുന്നതിനാൽ മുഖവുര ഉപേക്ഷിച്ചു. കാര്യംകഴിഞ്ഞ് എഴുന്നേറ്റപ്പോൾ ജനീഫർ പോളിസിയുടെ കാര്യം മറന്നു. ടാർഗറ്റ് മുട്ടിയെന്നും ഇനി അടുത്തമാസം സഹകരിച്ചാൽ മതിയെന്നും യാത്രയാക്കി.

കർട്ടനു പിന്നിൽ ഒളിപ്പിച്ചുവെച്ച ക്യാമറയിൽ കിടപ്പറ രംഗങ്ങൾ പകർത്തിയിട്ടുണ്ടെന്നും ഉടനെ 25000 എത്തിച്ചില്ലെങ്കിൽ ഇന്റർനെറ്റിലൂടെ ചിത്രങ്ങൾ പുറത്തുവിടുമെന്നും ഇപ്പോൾ ഭീഷണിപ്പെടുത്തുന്നു.

“അവൾ ഇൻഷുറൻസ് ഏജന്റല്ല.”

ഷഫീക്ക് ഏതുനിമിഷവും കരഞ്ഞേക്കുമെന്നു തോന്നി...” എ നമ്പർ വൺ ചീറ്റ്...ഹോട്ടൽ മുറിയിൽ അവൾ എനിക്കിട്ട് വെച്ചത് ഒന്നാന്തരം ട്രാപ്പായിരുന്നു....”

“വിശദമായി അന്വേഷിക്കുംമുമ്പ് നീയെന്തിന് ചാടിപ്പുറപ്പെട്ടു...?”

“തർക്കിക്കേണ്ട നേരമല്ലിത്..”

ഷഫീക്ക് വിനയത്തിൽ മുഖം കുനിച്ചു.

“നീയൊന്ന് ജനീഫറെ വിളിച്ച് കാര്യം പറയണം....എന്റെ കൈയിൽ പത്തായിരമേ എടുക്കാനുള്ളൂ....ബാക്കി അടുത്തമാസം അഡ്ജസ്റ്റ് ചെയ്യാമെന്ന് പറയണം...പ്ലീസ്...”

എന്തുചെയ്യണമെന്നോ പറയണമെന്നോ ഹരിഹരന് ഒരെത്തും പിടിയും കിട്ടിയില്ല. ജയന്തിയക്കാവിന് ഇത്രയും ക്രൂരമായ ഒരു നാടകം കളിക്കാനാവില്ലെന്ന് അയാൾക്കുറപ്പായിരുന്നു. പക്ഷേ, ജയന്തി മരിച്ചുവെന്നും ജീവിക്കുന്നത് ജനീഫറാണെന്നുമാണ് പറഞ്ഞത്.

ഷഫീക്ക് വീണ്ടും നിർബന്ധിച്ചപ്പോൾ ജനീഫറെ വിളിക്കാമെന്നോ വിളിക്കില്ലെന്നോ പറഞ്ഞില്ല. ഹോട്ടൽ ഭക്ഷണത്തിനു തയാറായി നിൽക്കുന്ന കുടുംബത്തിന്റെ ആഗ്രഹനിവർത്തിയാണ് ഇപ്പോഴത്തെ ലക്ഷ്യം. അവരേയുംകൂട്ടി ഹരിഹരൻ മറ്റേതോ ഹോട്ടലിലേക്ക് പുറപ്പെട്ടു.

മോചനദ്രവ്യം

വീടിന്റെ ആധാരമാണ് കള്ളൻ കട്ടത്.

ബാങ്ക് ലോക്കറിലായതിനാൽ സ്വർണചതുരങ്ങൾ, ഷെയർ സർട്ടിഫിക്കറ്റുകൾ, മുത്തൂറ്റ് ഗോൾഡ് ഡിബഞ്ചറുകൾ, ബ്ലൂജാക്കർ വൈരങ്ങൾ എന്നിവ കള്ളന്റെ കൈയിൽപ്പെടാതെ രക്ഷപ്പെട്ടു. വീടിന്റെ ആധാരം ലോക്കറിൽ വയ്ക്കാതിരുന്നത് വലിയ വീഴ്ചയായെന്ന് മുരളി തിരിച്ചറിഞ്ഞു.

പരാതി നൽകിയപ്പോൾ പൊലീസ്പട വന്നു. റിക്കി എന്ന ശ്വാനൻ മണംപിടിച്ച് കുറേദൂരം ഓടി ഒരു ദിക്കിൽനിന്ന് കുരച്ച് അതേപോലെ തിരിച്ചുവന്നു. പൊലീസ് എഫ് ഐ ആർ തയാറാക്കുന്ന സമയം വിരലടയാള വിദഗ്ധർ തങ്ങളുടെ ജോലിയിൽ വ്യാപൃതരായി. പൊലീസ് തെരഞ്ഞുകൊണ്ടിരിക്കുന്ന ഒരു ക്വട്ടേഷൻസംഘത്തലവന്റെ വിരൽപ്പാടാണതെന്ന് അഭിപ്രായവും അഭിപ്രായവ്യത്യാസവും ഉണ്ടായി. അയൽക്കാർ, ബന്ധുക്കൾ, സുഹൃത്തുക്കൾ എന്നിവർ കണ്ണോക്കിനെത്തി. മനുഷ്യന്റെ സഹജസ്വഭാവംവെച്ച് അവരിൽ ചിലരെങ്കിലും 'നന്നായി' എന്നും 'നിനക്കിത് വേണം' എന്നും മനസിൽ പറഞ്ഞിട്ടുണ്ടാവണം.

ദുഃഖമറിയിച്ച് എല്ലാവരും മടങ്ങിക്കഴിഞ്ഞപ്പോൾ സുഷമ ആലോചിച്ചു. മുരളിയേട്ടൻ ഒപ്പിടാതെ വീടുവിൽപ്പന നടക്കില്ല. ആ സ്ഥിതിക്ക് ഈ ആധാരവും കെട്ടിപ്പിടിച്ച് കള്ളനെന്തുചെയ്യും?

ആധാരം കൈമുതലാക്കി കള്ളന് വേണമെങ്കിൽ ഒരു മോചനദ്രവ്യം ആവശ്യപ്പെടാമെന്ന് പൊലീസ് പറഞ്ഞു. ഇന്നത്തെ സ്ഥലത്തിന്റെയും വീടിന്റെയും വില വാശിപ്പടി അത് എത്ര വലിയ തുകയുമാവാം.

"ആവശ്യപ്പെടുന്ന പണം കൊണ്ടുവരാതെ ആധാരം തരില്ലെന്നു

പറഞ്ഞാൽ നിങ്ങളെന്തു ചെയ്യും?"

സുഷമ ഇടിവെട്ടേറ്റാൽ എന്നപോലെ കരിഞ്ഞു. ആ മുഖത്ത് രക്തയോട്ടം നിലച്ചു. മുരളിയാകട്ടെ, എല്ലാം നേരത്തേ കൂട്ടിക്കണ്ട റിഞ്ഞിട്ടെന്നപോലെ നിർവികാരനായി നിർന്നിമേഷനായി നിൽപ്പു തുടർന്നു. സ്വർണവും ബ്ലൂജാക്കറും മറ്റും വെച്ചകൂട്ടത്തിൽ ആധാരം ലോക്കറിൽ വയ്ക്കാൻ വിട്ടുപോയത് വലിയ പിടിപ്പുകേടായെന്ന് അയാൾ തന്റെ ബുദ്ധിയെ പഴിച്ചു. താൻ സ്ഥലത്തില്ലാതിരുന്ന സാഹചര്യമാണ് കള്ളൻ അനുകൂല സമയമായി മാറ്റിയിരിക്കുന്നത്.

വീട്ടാധാരം, വസ്തു ആധാരം എല്ലാം ഇപ്പോൾ ലോക്കറുകളിലാണ് ഇടം തേടുന്നതെന്ന് വാസുമേനോൻ അഭിപ്രായപ്പെട്ടു. നക്കാപ്പിച്ച വളയും മാലയുമൊക്കെ ഇപ്പോൾ ആർക്കുവേണം? കള്ളൻമാരുടെ കണ്ണ് വലിയ വസ്തുക്കളിലല്ലേ? വിലപിടിപ്പുള്ള ആസ്തികളുടെ ആധാരം അടിച്ചുമാറ്റി മോചനദ്രവ്യം ആവശ്യപ്പെടലാണ് ഇപ്പോൾ അവർ സ്വീകരിച്ചു വരുന്ന ലൈൻ.

"പ്രൊഫഷണലിസം മോഷണത്തിലും മേൽക്കോയ്മ നേടുന്നു..."

വാസുമേനോൻ ആധിപ്പെട്ടു.

അബദ്ധം തിരിച്ചറിഞ്ഞ സ്ഥിതിക്ക് ഇനി കരയുന്നതിൽ കാര്യമി ല്ലെന്ന് സുഷമ നിരൂപിച്ചു.

"എന്തെങ്കിലും ഒരു പോംവഴി പറയൂ സാർ..."

സുഷമ സർക്കിളോട് കേണു.

"വൈകാതെ മോചനദ്രവ്യം ആവശ്യപ്പെട്ടുകൊണ്ട് നിങ്ങൾക്ക് ഫോൺ വരും...." സർക്കിൾ സമാധാനിപ്പിച്ചു, "നമ്പർ നോട്ട് ചെയ്ത് ഞങ്ങളെ ഉടൻ ഇൻഫോം ചെയ്യുക....കുറ്റവാളികളെ ട്രേസ് ചെയ്യാൻ മൊബൈൽ ടവറുകൾ ഇപ്പോൾ ഏറെ സഹായകമാവുന്നുണ്ട്...."

അന്നുരാത്രി പത്തരയോടടുത്ത് ഫോൺ ശബ്ദിച്ചു. എടുക്കുമ്പോ ഴേക്കും കട്ടായി. 'കോളർ ഐഡി' ഉള്ളതിനാൽ നമ്പർ കുറിച്ചെടുത്തു. അൽപ്പം കഴിഞ്ഞപ്പോൾ വേറൊരു നമ്പറിൽനിന്ന് മൊബൈലിലേക്ക് വിളിവന്നു. എടുക്കുമ്പോഴേക്കും കട്ടായി. കാര്യംപറയാതെ കള്ളനെന്തി നാണ് കളിപ്പിക്കുന്നതെന്ന് മുരളി ബേജാറായി. ഈ ഇടവേളയിൽ സുഷമ മൂന്നുതവണ മൂത്രമൊഴിച്ചു വന്നു.

ആരാണ് ഫോൺ അറ്റന്റ് ചെയ്യുന്നതെന്ന് കള്ളൻ പരീക്ഷിക്കു കയായിരിക്കുമെന്ന് സർക്കിൾ അനുഭവം പറഞ്ഞു. കിട്ടിയ നമ്പറിന്റെ അടിസ്ഥാനത്തിൽ കള്ളൻ ഏതാണ്ട് വലയിൽ കുടുങ്ങാറായിരി ക്കുന്നുവെന്ന് അയാൾ പ്രത്യാശ പ്രകടിപ്പിച്ചു.

രാത്രി പന്ത്രണ്ട് മണിയായപ്പോൾ വീണ്ടും ഫോൺ ശബ്ദിച്ചു. ഇപ്പോൾ കള്ളൻ കട്ട് ചെയ്തില്ല.

"മെഡിക്കൽ റെപ്പ് മുരളിയല്ലേ?"

കള്ളൻ ശബ്ദം താഴ്ത്തി അന്വേഷിച്ചു. ഈ ശബ്ദം ഏതെങ്കിലും തരത്തിൽ തനിക്ക് പരിചയമുണ്ടോ? മുരളി മനസിൽ ചികഞ്ഞു.

"മുരളീധരൻ പിള്ള എന്ന് ചിലർ വിളിക്കും...മുരളീധരൻ എന്നും ഒരു പേരുണ്ട്..ശരിയല്ലേ? കള്ളൻ കുലുങ്ങിച്ചിരിക്കാൻ തുടങ്ങി. പേരും നാളും കുടുംബ വിവരവുമൊക്കെ ശേഖരിച്ച് സസൂക്ഷ്മം നീങ്ങുന്ന പ്രൊഫഷണലുകളാണ് നവതസ്കരന്മാരെന്ന് മുരളി ഉറപ്പിച്ചു. വളച്ചു കെട്ടില്ലാതെ കള്ളൻ കാര്യത്തിലേക്ക് പ്രവേശിച്ചു.

"നിങ്ങൾ വിചാരിക്കുംപോലെ ലക്ഷങ്ങളൊന്നും മോചനദ്രവ്യമായി ഞാനാവശ്യപ്പെടുന്നില്ല...."

"പിന്നെ?"

"വളരെ ലളിതമായ ആവശ്യം" കള്ളൻ നാടകീയത വിടാതെ സംസാരിച്ചു, "ആർക്കും ഒരു ബുദ്ധിമുട്ടും കൂടാതെ ചെയ്യാവുന്ന കാര്യം..."

സുഷമ ബാത്ത്റൂമിലേക്ക് ഓടി.

മുരളി മൗനത്തിൽ വിരമിച്ചു.

ബി എസ് എൻ എൽ ടവർ അധികൃതരുടെ നിരീക്ഷണത്തിൽ.

"നാളെ കാലത്ത് കൃത്യം മൂന്നുമണിക്ക് നിങ്ങൾ ബസാർ റോഡിലെ ജോസ്കോ ജ്വല്ലേഴ്സിന്റെ മുമ്പിൽ വരണം..കോബ്ര എന്നെഴുതിയ ചുവന്ന ടീഷർട്ടും കള്ളിമുണ്ടുമായിരിക്കും എന്റെ വേഷം...."

കള്ളൻ ഒന്നു നിർത്തി. വീണ്ടും കുലുങ്ങിച്ചിരി തുടങ്ങി. ചിരി നിന്നപ്പോൾ പറഞ്ഞു:

"മുരളി എന്ന മുരളീധരൻപിള്ളയെ തിരിച്ചറിയാൻ എനിക്ക് പ്രത്യേകിച്ച് അടയാളങ്ങളൊന്നും ആവശ്യമില്ല..."

ഇപ്പോൾ മുരളി ശരിക്കും ഭയന്നു. അയാൾക്ക് ഒരു വിറയൽ അനുഭവപ്പെട്ടു. കള്ളന്റെ പരാമർശത്തിൽനിന്നും തന്നെ അയാൾക്ക് നേരത്തേ അറിയാമെന്നാണ് മനസിലാക്കേണ്ടത്. അങ്ങനെയാണെങ്കിൽ ജീവിതത്തിന്റെ ഏതു സാഹചര്യത്തിൽ എവിടെ വെച്ചായിരിക്കും കള്ളൻ തന്നെ കണ്ടുമുട്ടിയിരിക്കുക?

മെഡിക്കൽ റെപ്പാവുന്നതിനും എത്രയോ മുമ്പ് ജോലാർപേട്ടയിൽ മുരളി ഒരു മണി ചെയിൻ കമ്പനി നടത്തിയിരുന്നു.

പണച്ചങ്ങലയ്ക്ക് വളരെ ജനസ്വാധീനമുള്ള കാലമായിരുന്നു. സാമാന്യം ഒരു സംഖ്യയായപ്പോൾ ചങ്ങലമുറിച്ച് അവിടെനിന്നും മുങ്ങി. കുറെക്കാലം മുംബൈയിലെ ധാരാവിയിൽ കഴിഞ്ഞു. ധാരാവി എല്ലാ കുറ്റവാളികളുടെയും സംരക്ഷണ കേന്ദ്രമായിരുന്നു. അവിടെയിരുന്ന് പത്രങ്ങൾ കണ്ടു. ടിവി വാർത്തകൾ കേട്ടു. മാസങ്ങൾ കഴിഞ്ഞ് ചൂടാറിയപ്പോൾ അവിടെനിന്നും എത്തിപ്പെട്ടത് നാസിക്കിലാണ്. അവിടെ ഒരു ചിട്ടിക്കമ്പനി തുടങ്ങി. പെരുമാറ്റത്തിലെ ലാളിത്യംകൊണ്ടും മലയാളി എന്ന വിശ്വാസത്തിലും ജനങ്ങൾ കമ്പനിയെ അന്ധമായി നമ്പി. വേണ്ട പണം ആയപ്പോൾ ജോലാർപേട്ട ചരിത്രം ആവർത്തിച്ചു. ഒരിക്കൽ ആന്ധ്ര-കർണാടക ബോർഡറിൽവെച്ച് കഷ്ടിച്ച് പൊലീസിന്റെ പിടിയിലാവുകയും അത്ഭുതകരമാംവിധം രക്ഷപ്പെടുകയും ചെയ്തു. സംസ്ഥാനങ്ങൾ മാറി വേഷഭൂഷാദികൾ പ്രച്ഛന്നനായി മെഡിക്കൽ

റെപ്പിന്റെ കുപ്പായമിട്ട് മാന്യനായി കഴിയുകയാണ് ഇപ്പോൾ. സത്യത്തിൽ ആധാരം മോഷ്ടിച്ച കള്ളനേക്കാൾ എത്രയോ വലിയ കള്ളനാണ് താൻ. മുരളി സ്വയം വിലയിരുത്തി. തന്റെ ഭൂതകാലം അറിഞ്ഞാൽ ഒരുനിമിഷംകൂടി സുഷമ കൂടെ നിൽക്കില്ല.

"അപ്പൊ മറക്കണ്ട" കള്ളൻ ഓർമിപ്പിച്ചു, "ജോസ്കോ ജ്വല്ലേഴ്സ്.. ചുവന്ന ടീഷർട്ടും കള്ളിമുണ്ടും..."

ചുറ്റുംനോക്കി സുഷമപോലും കേൾക്കുന്നില്ലെന്നുറപ്പു വരുത്തി മുരളി ചോദിച്ചു:

"നിങ്ങൾക്ക് എന്താണ് വേണ്ടത്..... അതാദ്യം പറയൂ..."

കള്ളൻ ചിരിച്ചു.

"അത് അപ്പോൾ പറഞ്ഞാൽ പോരേ?"

''അതെങ്ങനെയാ?'' മുരളി അങ്കലാപ്പിലായി, ''മുന്നറിയിപ്പു തന്നാലല്ലേ എനിക്കു കരുതാൻ പറ്റൂ....''

"ഒന്നും കരുതാനില്ല" കള്ളൻ പറഞ്ഞു, "കൈവീശി വന്നാൽ മതി..."

കൈയും വീശി വരാൻ ഇതെന്താ അതികാല സവാരിയോ?

കള്ളനെന്താ ഇത് കളിതമാശയോ?

"കാര്യമായി പറയുകയാ..."

കള്ളൻ ഗൗരവം വിട്ടില്ല. "കൈയും വീശി വന്നാൽ മതി..."

കള്ളൻ പെട്ടെന്ന് ഫോൺ കട്ട് ചെയ്തു.

എന്റെ വില ഒരു കാറിന്റെ വില

ലോണിന്റെ പരമാവധി ബാങ്ക് തന്നു. സ്വകാര്യ സമ്പാദ്യങ്ങൾ ചേർത്തുവച്ചു. അഞ്ചുലക്ഷത്തിന്റെ ആയുർ പരിരക്ഷ പ്ലെഡ്ജു ചെയ്തു. എന്നിട്ടും ബുദ്ധിമുട്ട് വന്നത് വിചാരിക്കാതെ കുതിച്ചുയർന്ന സാധനങ്ങളുടെ വിലവാശിയും വർധിച്ച പണിക്കൂലിയും നിമിത്തമാണ്.

"വീടുപണി എന്നാൽ എപ്പോഴും ഇങ്ങനെത്തന്നെ...." അനുഭവസ്ഥനായ നമ്പീശൻ മാഷ് കണ്ണട നേരെയാക്കി, "പറഞ്ഞതിന്റെ പത്തുശതമാനമെങ്കിലും കൂടുമെന്ന് മനസിൽ കാണണം."

ആദ്യ അനുഭവമായതിനാൽ ആ കണക്കുകൂട്ടൽ നടത്തിയില്ല. പണിസാധനങ്ങളുടെ അവിചാരിത വിലവർധനവിനെ പഴിച്ച് കോൺട്രാക്ടറും കൈയൊഴിഞ്ഞു.

മുകളിലത്തെ നിലയുടെ പ്രധാന വാർപ്പ് മറ്റെന്നാളാണ്. അതിനുവേണ്ട കമ്പി, സിമന്റ്, കല്ല്, മണൽ എന്നിവ വാങ്ങാനുള്ള പണമാണ് കണ്ണുതുറിച്ച് ഭയപ്പെടുത്തുന്നത്. മറ്റൊരു നിവൃത്തിയുമില്ലാത്തതിനാൽ പ്രേമയുടെ ആഭരണങ്ങൾ പണയം വയ്ക്കാൻ തീരുമാനിച്ചു. വളയും മാലയും ഊരിത്തരുമ്പോൾ മുഖത്ത് ഒരു നീരസം പ്രകടമായി. കൂട്ടിനോക്കിയപ്പോൾ കോൺട്രാക്ടർ ആവശ്യപ്പെട്ട തുകയോട്ട് എത്തുന്നുമില്ല.

മുന്നിൽ വഴിയേതും തെളിയാതെ തലപുകഞ്ഞിരിക്കുമ്പോൾ പ്രേമയാണ് നിർദേശിച്ചത്.

"അച്ഛനോട് ഒന്ന് ചോദിച്ചാലോ?"

അച്ഛന്റെ കൈയിൽ കാണുമെന്ന് അയാൾക്കും തോന്നി. റിട്ടയർമെന്റ് ആനുകൂല്യങ്ങളെല്ലാം ജില്ലാ അർബൻ ബാങ്കിൽ നിക്ഷേപിച്ചിരിക്കുന്നു എന്നാണ് പറഞ്ഞത്.

അത്യാവശ്യത്തിന് എടുക്കാൻ പാകത്തിലാണ് നിക്ഷേപം.

അതിനാൽ 'ലോക്കിങ് പിരിയഡ്' എന്ന നിശ്ചിത ജയിൽവാസം ആ പണത്തിനില്ല. അച്ഛനും അമ്മയ്ക്കും സുഖമായി കഴിഞ്ഞുകൂടാനുള്ള തുക പെൻഷൻ ഇനത്തിൽ സർക്കാർ നൽകുന്നുമുണ്ട്. കൈമലർത്താൻ അച്ഛൻ കണ്ടെത്തിയ കാരണം പക്ഷേ, അുത്ഭുതപ്പെടുത്തി.

"ഇന്ററസ്റ്റ് റേറ്റ് കൂടിയപ്പോൾ ഞാനത് ക്യുമിലേറ്റീവ് ഡെപ്പോസിറ്റ് സ്കീമിലേക്ക് മാറ്റി. ഒരുകൊല്ലമെങ്കിലും കഴിയാതെ തൊടാൻ പറ്റില്ല...."

സത്യമായിരിക്കുമോ? ഡെപ്പോസിറ്റ് രശീതി ഒന്നു കാണട്ടെ. എന്നൊന്നും പറയാൻ പറ്റില്ലല്ലോ. നിരാശനായി ഇറങ്ങുമ്പോൾ അച്ഛൻ ചോദിച്ചു:

"മണപ്പുള്ളിക്കാവ് വഴിക്കല്ലേ നീ പോണത്?"

"അതെ."

"ഞങ്ങളെ അവിടെയൊന്ന് ഇറക്കിവിട്ടേക്ക്..."

നിവൃത്തിയുണ്ടെങ്കിൽ ഓട്ടോക്ക് ഒരു പത്തുരൂപ ചെലവാക്കില്ല അച്ഛൻ. ബസാണ് സന്തതസഹചാരി. ഇപ്പോൾ മണപ്പുള്ളിക്കാവിന് മുമ്പിലൂടെ മകൻ പോകുന്നു എന്നതിനാൽ ഒരു സൗജന്യയാത്ര പ്രതീക്ഷിച്ചതിൽ തെറ്റില്ല. പക്ഷേ, പുറപ്പെടുംവരെ കാത്തുനിൽക്കാൻ എവിടെ സമയം?

തനിക്ക് കാറുള്ളതുകൊണ്ടല്ലേ അച്ഛൻ ഈ ആവശ്യം മുന്നോട്ട് വെച്ചതെന്ന് അയാൾ ആലോചിച്ചു. കാറ് ഒരു പരിധിവരെ ആഡംബരമാണ്. നാല് അംഗങ്ങളുള്ള കുടുംബത്തിന് ഒരുമിച്ച് പോകണമെങ്കിൽ അത്യാവശ്യവുമാണ്. വാടകവീട്ടിൽ കഴിയുമ്പോഴും കാറ് എന്ന ആവശ്യത്തിന് മുൻഗണന കൊടുത്തത് അതുകൊണ്ട് മാത്രമാണ്.

കാറ് വാങ്ങി എന്നറിഞ്ഞപ്പോൾ ചോദ്യോത്തര പംക്തിയിൽ എന്നപോലെ ആളുകൾ ചോദിച്ചു:

"വിച്ച് ഈസ് ദ ഫസ്റ്റ് പ്രയോറിറ്റി? ഹൗസ് ഓർ കാർ....?"

വീട് എന്ന് ചിലർ. കാറ് എന്ന് മറ്റുചിലർ. 'ഡിപൻസ്' എന്ന് വേറെ ചിലർ.

മണപ്പുള്ളിക്കാവിനു മുന്നിൽ അച്ഛനെയും അമ്മയെയും ഇറക്കിവിട്ട് വീടെത്തുമ്പോഴേക്കും നേരം വൈകിയിരുന്നു. പോയകാര്യം നടന്നിട്ടില്ലെന്ന് മുഖംകണ്ട മാത്രയിൽ പ്രേമയ്ക്ക് മനസിലായിട്ടുണ്ടാവണം. നാളെ ഒമ്പത് മണിക്കെങ്കിലും പണം എത്തിച്ചെങ്കിൽ മാത്രമേ മറ്റെന്നാൾ കാലത്ത് വാർപ്പ് നടക്കൂ എന്ന് അയാൾ ഭയപ്പാടോടെ ഓർത്തു.

"ഏട്ടനോട് ഒന്നു ചോദിച്ചാലോ?"

പൊതുവേ പ്രാരാബ്ധങ്ങൾ പറഞ്ഞു കേൾക്കാത്ത ആളാണ് ഏട്ടൻ. ഒരു നീക്കിയിരിപ്പ് സാധ്യമാക്കാൻ മാത്രം ശമ്പളമില്ലെങ്കിലും നാളെയെപ്പറ്റി ചിന്തിക്കുന്ന ആളാകയാൽ നീക്കിയിരിപ്പ് തീരെ ഇല്ലാതെയുമില്ല. മൂത്തമകന് ജോലി കിട്ടിയത് ഏട്ടന് വലിയ ആശ്വാസമായിട്ടുണ്ടെന്നാണ് ഏട്ടത്തി അമ്മ പറഞ്ഞത്.

"നിനക്ക് രണ്ടുസം മുമ്പ് ചോദിക്കാർന്നില്ല്യേ.."

ഏട്ടൻ നിസ്സഹായത അറിയിച്ചു. "ഇതിപ്പോ ദീപൂന്ന് അയച്ചൂലോ.."

മൂത്ത മകനാണ് ദീപു. ബാംഗ്ലൂരിൽ ഒരു ഐ ടി കമ്പനിയിൽ ജോലി കിട്ടിയ അവന് വാടക ഫ്ളാറ്റിന് കൊടുക്കേണ്ട അഡ്വാൻസാണ് രണ്ടു ദിവസം മുമ്പ് അയച്ചു കൊടുത്തതായി ഏട്ടൻ പറയുന്നത്. രണ്ടു ദിവസം മുമ്പ് ചോദിച്ചിരുന്നെങ്കിൽ തരാമായിരുന്നു എന്നും പറയുന്നു. അപ്പോൾ ദീപുവിന് ആര് കൊടുക്കും?

ചായ കുടിച്ച് ഇറങ്ങുന്നേരം ഏട്ടൻ ചോദിച്ചു:

"നാളെ വാർപ്പായതുകൊണ്ട് നീ ലീവായിരിക്കും .....അല്ലേ?"

"എന്തേ...?

"രുക്കൂന് ഇത് മൂന്നാം മാസാണ്...ഒന്നുപോയി കാണണംന്ന് ശാരദ പറേഞ്ഞു." ഏട്ടൻ തല ചൊറിഞ്ഞു, "കാറ് ഒഴിവുണ്ടാർന്നേൽ..."

മൂന്നുമാസം ഗർഭമുള്ള രുഗ്മിണി എന്ന ഏക മകളെ ചെന്നു കാണാൻ എന്റെ സൗകര്യം അന്വേഷിക്കുകയാണ് ഏട്ടൻ. എനിക്ക് ഒഴിവില്ലെങ്കിൽ മകളെ പോയി കാണില്ലെന്നാണോ?

"അല്ലെങ്കിൽ ഒരു കാര്യം ചെയ്യാം" ഏട്ടത്തിയമ്മ ഒരു നിർദേശം വച്ചു, "നിനക്കെന്നാണിനി കേരളശ്ശേരി ഭാഗത്ത് വർക്ക്...?"

രുഗ്മിണിയെ കല്യാണം കഴിച്ചയപ്പിച്ച കേരളശ്ശേരിയിലേക്ക് വൈകാതെ ഒരുദിവസം വർക് പ്ലാൻ ചെയ്തുകൂടെ എന്നാണ് കുറേക്കൂടി മാന്യമായ രീതിയിൽ ഏട്ടത്തിയമ്മ ചോദിക്കുന്നത്. വാർപ്പിനുവേണ്ട പണം സ്വരൂപിക്കാൻ നെട്ടോട്ടമോടുന്നതിനിടയിൽ ഇതൊക്കെ സംവിധാനം ചെയ്യാൻ തനിക്കെവിടെ സമയം?

ഉറക്കം വരാതെ കിടക്കുമ്പോൾ മുന്നിൽ ഒരു പോംവഴിയും തെളിഞ്ഞില്ല. ഒന്നുകിൽ കോൺട്രാക്ടർ സഹകരിക്കണം. അല്ലെങ്കിൽ വാർപ്പ് മാറ്റിവയ്ക്കണം. എത്രയോ പേരുടെ വീടുപണി പറഞ്ഞ സമയത്തിനുള്ളിൽ തീരാതെ നീണ്ടുപോയിട്ടില്ലേ? ഗൃഹപ്രവേശം മാറ്റിവയ്ക്കപ്പെട്ടിട്ടില്ലേ?

ആ അഭിപ്രായത്തോട് പ്രേമ വിയോജിപ്പ് പറഞ്ഞു. ഗൃഹപ്രവേശത്തിന് ഏറ്റവും ഉത്തമ മാസം ഇടവമാണെന്ന് ഏതോ ജ്യോതിഷ മാസികയിൽ വായിച്ചുപോലും. ഇടവത്തിൽ പാലുകാച്ചിയാൽ ഐശ്വര്യങ്ങളും സമ്പൽസമൃദ്ധിയും താനേ വരുമത്രേ. അതിനാൽ ആ ഉചിത മുഹൂർത്തം ഉപേക്ഷിക്കരുതെന്ന ശാഠ്യത്തിലായി പ്രേമ. അങ്ങനെയാവുമ്പോൾ മറ്റെന്നാൾ വാർപ്പു നടത്തിയേ മതിയാകൂ എന്നുറപ്പായി.

"നിങ്ങൾക്ക് ഒരുപാട് ഫ്രണ്ട്സില്ലേ" പ്രേമ ചോദിച്ചു, "ആരെങ്കിലും സഹായിക്കില്ലേ?"

എത്ര വലിയ സൗഹൃദത്തെയും നശിപ്പിക്കാനുള്ള മാന്ത്രിക ശക്തിയുണ്ട് പണത്തിന്. മുൻകാല പാഠങ്ങൾ അതാണ്.

ആവശ്യവുമായി ആരേയും കാണരുത്. ആവശ്യക്കാർ തേടി വരണം.

ആ പാഠത്തിനു മുമ്പിൽ പഠിക്കാൻ മിടുക്കനല്ലാത്ത ഒരു വിദ്യാർഥിയെപ്പോലെ അയാൾ പതറി.

നേരം വെള്ളപൊട്ടാറായ സമയത്ത് മനസിൽ മിന്നിയ രക്ഷയുടെ മുഖം സ്റ്റീഫന്റേതായിരുന്നു. സ്റ്റീഫന് ആവശ്യത്തിന് സമ്പാദ്യമുണ്ടെന്നും ഡെസ്സിയുടെ വീട്ടിൽ ഭാഗം വെച്ചപ്പോൾ കിട്ടിയത് ആക്സിസ് ബാങ്കിൽ വിശ്രമിക്കുന്നുണ്ടെന്നും സ്വയം നിരൂപിച്ചെടുക്കാൻ അയാൾ നിർബന്ധിതനായി. സ്റ്റീഫന്റെ നമ്പർ തിരഞ്ഞുകൊണ്ടിരിക്കുമ്പോൾ തേടിയവള്ളി കാലിൽ ചുറ്റിയപോലെ സ്റ്റീഫൻ ഇതാ ഇങ്ങോട്ടു വിളിക്കുന്നു.

"എന്താ സ്റ്റീഫൻ കാലത്തു തന്നെ..."

"പെട്ടെന്ന് ഒരത്യാവശ്യം.."

"എന്തുപറ്റി?"

"അപ്പന് സുഖമില്ലാന്നും പറഞ്ഞ് ഇന്നലെ പാതിരായ്ക്ക് ഒരു ഫോൺ...കാലത്ത് പുറപ്പെടാൻ നോക്കുമ്പഴ് കാറ് സ്റ്റാർട്ടാവുന്നില്ല. ഈ വെളുപ്പാൻകാലത്ത് എവിടെനിന്ന് മെക്കാനിക്കിനെ കിട്ടാൻ...?"

വിളിച്ചാൽ പറന്നു വരാൻ ഇഷ്ടംപോലെ കോൾ ടാക്സികളുണ്ടല്ലോ എന്ന് മനസിൽ വിചാരിച്ചു.

സ്റ്റീഫൻ തന്റെ ആവശ്യം മുന്നോട്ടുവച്ചു.

"ഒരു ദിവസത്തേക്ക് നീ കാറൊന്ന് അഡ്ജസ്റ്റ് ചെയ്യണം..."

സ്റ്റീഫന് കാറ് വിട്ടുകൊടുക്കുന്നതിൽ സന്തോഷം തോന്നി. ഇങ്ങനെയൊരു നേരത്ത് പക്ഷേ, ഒരു ബദൽ ആവശ്യം ഉന്നയിച്ചാൽ സ്റ്റീഫൻ തെറ്റിദ്ധരിക്കുമോ? തെറ്റിദ്ധരിക്കും എന്ന കാരണത്താൽ തനിക്ക് ആവശ്യപ്പെടാതിരിക്കാൻ കഴിയുമോ? വാർപ്പു കമ്പികളാണ് മനസിൽ കുത്തിമുറിവേൽപ്പിച്ച് രക്തം വീഴ്ത്തുന്നത്...

ഒരത്യാവശ്യസമയത്ത് സ്റ്റീഫന് കാറ് കൊടുത്ത് സഹായിക്കാമെങ്കിൽ അതിലും വലിയ അത്യാവശ്യത്തിന് ഇങ്ങോട്ടും ആവാം ഒരു സഹായം, കാര്യം പറഞ്ഞപ്പോൾ സ്റ്റീഫൻ നഖം കടിച്ചു. കാഞ്ഞിരപ്പുഴയിൽ വാങ്ങാൻ പോകുന്ന റബ്ബർത്തോട്ടത്തിന് അഡ്വാൻസ് കൊടുക്കാനായി എല്ലാം അരിച്ചുപെറുക്കി എന്നാണ് പറഞ്ഞത്. ഗുരുവായൂര് തൊഴാൻ പോകേണ്ടതിനാൽ കാറ് തരാൻ അസൗകര്യമുണ്ടെന്ന് അങ്ങോട്ടും ഉണ്ടാക്കി ഒരു കഥ.

നിശ്ചയിച്ച സമയത്ത് വാർപ്പ് നടക്കില്ലെന്ന് ഏതാണ്ട് ഉറപ്പായി. അങ്ങനെയാവുമ്പോൾ ഇടവത്തിൽ ഗൃഹപ്രവേശവും നടക്കില്ല. കാലത്തിന്റെ ഏടുകളിൽ ഓരോന്നിനും ഓരോ സമയം നിശ്ചയിച്ചിട്ടുണ്ടാവും.

പ്രേമ പക്ഷേ, വിങ്ങിപ്പൊട്ടാൻ തുടങ്ങി. എന്തൊക്കെ ശ്രമിച്ചിട്ടും അവളെ സാന്ത്വനിപ്പിക്കാൻ കഴിഞ്ഞില്ല. ഇടവത്തിൽ പാല് കാച്ചിക്കഴിഞ്ഞിരുന്നു ഇതിനകം മനസിൽ അവൾ.

മേൽക്കൂര മാത്രം വാർപ്പില്ലാതെ അവശേഷിക്കുന്ന ഒരു വീടിന്റെ ദൃശ്യം അന്നയാൾ സ്വപ്നത്തിൽ കണ്ടു. ഇടിമിന്നലിന്റെ വെളിച്ചത്തിലും തോരാതെ പെയ്യുന്ന മഴയിലും പണിതീരാത്ത ആ വീട് നടുക്കുന്ന ഓർമയായി. ആകാശത്തുനിന്നും പെട്ടെന്ന് പുറപ്പെട്ട ജലപ്രളയത്തിൽ വാർപ്പില്ലാത്ത വീട് നിലംപരിശായി.

പിറ്റേന്ന് കാലത്ത് പണം കൈപ്പറ്റാൻ കോൺട്രാക്ടർ വന്നപ്പോൾ പറഞ്ഞു:

"തൽക്കാലം എന്റെ കാറ് എടുത്തുകൊള്ളുക...അതിന് നിങ്ങൾ തന്നെ ഒരു വിലയും നിശ്ചയിക്കുക..."

അയാളുടെ ശബ്ദം പതറി.

"പക്ഷേ, വാർപ്പു മുടങ്ങരുത്..."

സ്വയംഹത്യ: ഒരു മുൻപിൻ വിചാരം

ജീവിക്കണം ജീവിക്കണം എന്നു തോന്നുമത്രെ. സകലരെയും വിട്ടുപിരിഞ്ഞ് സർവഭാരങ്ങളും അഴിച്ചുവച്ച് ഈ ലോകത്തുനിന്നും യാത്രപോകുമ്പോൾ ഒരുനിമിഷം അങ്ങനെ തോന്നിപ്പോകുമത്രെ. ആത്മഹത്യാവിചാരത്തിൽ ഉറച്ചുനിൽക്കുന്ന എനിക്കു പക്ഷേ, അങ്ങനെ തോന്നുന്നില്ലെന്നു മാത്രമല്ല നിർണായക നിമിഷത്തെ മനസു പതറാതെ നേരിടാൻ ശക്തി കിട്ടുന്നു എന്ന സന്തോഷത്തിലുമാണ്. കാലിടറിവീണും പ്രയാസപ്പെട്ടെഴുന്നേറ്റും വീണ്ടും വീഴാൻപോയും ഈ നിമിഷത്തിലെ ത്താൻ ഏഴുവർഷമെടുത്തു എന്നത് ന്യായീകരിക്കാവുന്ന കാലദൈർഘ്യമാണ് എന്നു തോന്നുന്നു.

പിഞ്ചുവയസിൽ ഒരു കുഞ്ഞുള്ള ഏതമ്മയും പലപാട് ആലോചിക്കും. കൂട്ടിയും കിഴിച്ചും നോക്കും. അളന്നും ചൊരിഞ്ഞും തിട്ടപ്പെടുത്താൻ ശ്രമിക്കും. ഇടയ്ക്ക് എപ്പോഴെങ്കിലും പ്രത്യാശയുടെ മിന്നലാട്ടം കണ്ടാൽ തീരുമാനം മാറ്റും. എല്ലാ പ്രതീക്ഷകളെയും തകിടം മറിച്ചുകൊണ്ട് പിന്നെയും തഥൈവ.

പ്രതീക്ഷയോടെ കാത്തിരുന്ന മുതൽരാത്രി മുന്നിലെത്തുകയാണ് ഓർമകളിൽ സുഗന്ധിച്ചു നിൽക്കുന്നുമുണ്ട് ഇപ്പോഴും ആ രാത്രി. പെരിയമ്മ പാൽ ഗ്ലാസ് കൈയിൽ തന്നു. പത്മം മുടിച്ചുരുളിൽ മുല്ലമാല ചൂട്ടി. രാജമ്മക്ക സാരിയുടെ ഞൊറി ശരിപ്പെടുത്തി.

ഭയന്നുഭയന്നു മണിയറയിലേക്ക് കടന്നപ്പോൾ അത്ഭുതം, അനന്തൻ ദീർഘനിദ്രയിലാണ്. ഇതൊരു മുതൽരാത്രിയാണ് എന്ന തോന്നൽ പോലുമില്ലാതെ ഉറക്കം. പകൽ മുഴവൻ ഹോമകുണ്ഡത്തിലെ പുകയും മറ്റുംകൊണ്ട് മന്ത്രം ഉരുവിട്ടതിന്റെ ക്ഷീണമായിരിക്കുമെന്ന് ഞാൻ നിരൂപിച്ചു. പലരും പറഞ്ഞു കേട്ടിട്ടുള്ളതുപോലെ ചിലപ്പോൾ പ്രാരംഭ

ത്തിന്റെ പരിഭ്രമങ്ങൾ മറച്ചുപിടിക്കാനുള്ള അടവായിരിക്കാനും മതി. ലൈറ്റണച്ച് ഉറക്കം വരാതെ കിടക്കുമ്പോൾ അനന്തന്റെ നനുത്ത കൂർക്കംവലി കേട്ടു. വാ പൊളിച്ച് കൂർക്കം വലിക്കുന്ന അയാൾ ശ്വാസം പുറത്തേക്കു വിടുന്നത് വായിലൂടെയായിരുന്നു. ആ ശ്വാസത്തിന് മദ്യത്തിന്റെ മണമുണ്ടായിരുന്നു.

എന്റെ കുടുംബത്തിൽ കുടിപ്പഴക്കമുള്ളവരായി ആരുമുണ്ടായിരുന്നില്ല. പേടിസ്വപ്നംപോലെ പ്രൊഫസർ ശുക്ലാജി മനസിലെത്തി. പാന്റും സ്യൂട്ടുമിട്ട് മാന്യനായി കോളേജിൽ വരുന്ന ഇദ്ദേഹമാണോ രാത്രി ഭാര്യയെയും കുട്ടികളെയും ഇങ്ങനെ തല്ലുന്നത് എന്നു തോന്നിപ്പോകും. പിറ്റേന്ന് കരഞ്ഞിട്ടും കാലുപിടിച്ചിട്ടും ഇനി കുടിക്കില്ലെന്ന് സത്യം ചെയ്തിട്ടും എന്തു കാര്യം? അത്തരം രൂപപരിണാമങ്ങളൊന്നും അനന്തനില്ലല്ലോ എന്ന് സമാധാനിച്ചു. പിറ്റേന്ന് എഴുന്നേറ്റപ്പോൾ അനന്തന്റെ മുഖത്ത് പ്രത്യേകിച്ചൊരു ചമ്മലൊന്നുമുണ്ടായിരുന്നില്ല. ഞാനും അറിഞ്ഞപോലെ നടിച്ചില്ല. ചിലപ്പോൾ സുഹൃത്തുക്കൾ നിർബന്ധിച്ചിട്ടാവും ആദ്യരാത്രിയിൽ കഴിച്ചു വന്നുറങ്ങിയതെന്ന് മനസിനെ നിമ്മതിപ്പിച്ചു.

വിവാഹത്തിൽ പങ്കെടുക്കാൻ കഴിയാത്ത ചിലർ സമ്മാനപ്പൊതികളുമായി കാണാൻ വന്നു. അവർക്ക് എന്നെ പരിചയപ്പെടുത്തുമ്പോഴും മറ്റും അനന്തന് ഒരു ഉഷാറില്ലാത്തത് ഞാൻ ശ്രദ്ധിച്ചു. കഴുത്ത് ഒടിഞ്ഞ് തൂങ്ങിക്കൊണ്ട് ഒരുതരം നിൽപ്പ്... ആശംസക്കാരെല്ലാം പോയി. അടുത്ത ചില ബന്ധുക്കൾ മാത്രം അവശേഷിച്ചു. ഉച്ചയ്ക്ക് ഊണിന് നേരമായ സമയത്ത് പെട്ടെന്ന് അനന്തനെ കാണാതായി. എവിടെ, എവിടെ എന്നെല്ലാവരും എന്നോടാണ് വന്ന് അന്വേഷണം. രണ്ടുമണി കഴിഞ്ഞിട്ടും അനന്തൻ വരാതിരുന്നപ്പോൾ ബന്ധുക്കൾ ചിലരെല്ലാം ഊണുകഴിച്ചെഴുന്നേറ്റു. വീട്ടിലെ മറ്റു സ്ത്രീകൾ ഉണ്ണാനിരുന്നു.

പൊരിയുന്ന വിശപ്പുമായി നിൽക്കുമ്പോൾ അനന്തന്റെ ഫോൺ. ഒരു സുഹൃത്തുമായി എൻഗേജ്ഡാണ്. വരാൻ വൈകും എന്നു പറഞ്ഞ് അനന്തൻ ഫോൺ വച്ചു. വിവാഹപ്പിറ്റേന്ന് സുമംഗല്യപ്രാർഥനയാണെന്നറിയാം. സ്ത്രീകളുടെ ചടങ്ങാണെങ്കിലും ഒരു സാന്നിധ്യമായി കൂടെയുണ്ടാവണമെന്നും അറിയാം. ഇതിനിടയിൽ ഏത് സുഹൃത്ത്? എന്ത് എൻഗേജ്മെന്റ്? അനന്തന്റെ നാവ് ചെറുതായി ഉഴറുന്നുണ്ടായിരുന്നുവോ?

ഏതായാലും സന്ധ്യയോടടുത്ത് അനന്തൻ കയറിവന്നു. എന്റെ എണ്ണം ശരിയായിരുന്നു. നാവു മാത്രമല്ല, ആളാകെ കുഴഞ്ഞ മട്ടായിരുന്നു.

അനന്തൻ ഭക്ഷണമൊന്നും കഴിച്ചില്ല. ഞാനും കഴിച്ചില്ല. രാത്രി ഒറ്റയ്ക്കു കിട്ടുമ്പോൾ ചോദിക്കാമെന്നു കരുതി ഞാൻ സംയമനചിത്തയായി. അനന്തൻ നേരേ പോയത് ബാത്ത്റൂമിലേക്കായിരുന്നു. എന്തോ പന്തികേട് തോന്നിയതിനാൽ ഞാനും പോയി. ക്ലോസറ്റിന്റെ വാട്ടർടാങ്ക് തുറന്ന് അനന്തൻ ഒരുകുപ്പി പുറത്തെടുത്തു. ഇപ്പോൾ അയാൾ ഒന്നും മറച്ചുപിടിക്കാനാഗ്രഹിക്കുന്നില്ല എന്നു തോന്നി. മാത്രമല്ല, ഒരു പരസ്യ

പ്രസ്താവന ചെയ്യുന്ന ധൈര്യത്തോടെ കുപ്പി വായിലേക്കു കമഴ്ത്തി. ഞാൻ കിടപ്പുമുറിയിൽ വന്ന് കട്ടിലിൽ ഇരുന്നു.

"ഞാനൊരു അഡിക്ടാണ് ഗായത്രി" കുറച്ചുനേരം കഴിഞ്ഞ് കിടപ്പുമുറിയിലെത്തിയ അനന്തൻ തുറന്നു സമ്മതിച്ചു.

"എനിക്ക് ഇതില്ലാതെ പറ്റില്ല..."

കല്യാണം കഴിഞ്ഞാൽ കുടി നിർത്തും എന്ന ആരുടെയോ ഉപദേശം സ്വീകരിച്ചുകൊണ്ടാണ് എന്റെ വീട്ടുകാർ ഈ കടുംകൈയ്ക്ക് മുതിർന്നതെന്ന് അനന്തൻ കൂട്ടിച്ചേർത്തു. യാഥാസ്ഥിതിക കുടുംബത്തിൽ പിറന്നിട്ടും കുടി തുടങ്ങാനുണ്ടായ സാഹചര്യത്തെക്കുറിച്ച് പറയാൻ തുടങ്ങിയപ്പോൾ അനന്തന് ആയിരം നാവ് കിളിർത്തു.

കുഞ്ഞുംനാൾതൊട്ടേ അന്തർമുഖനായിരുന്ന അനന്തന് അച്ഛന്റെ കൂടെയുള്ള എസ്റ്റേറ്റിൽ പോക്കാണത്രെ വലിയ അബദ്ധത്തിന് തുടക്കം കുറിച്ചത്. അച്ഛൻ കുടിക്കുമെന്ന് അറിയാമായിരുന്നെങ്കിലും സംഘംചേർന്നുള്ള മദ്യപാനവും ശീട്ടുകളിയും അറിയുന്നത് എസ്റ്റേറ്റിൽ പോയിത്തുടങ്ങിയതോടെയാണ്. സ്വതേ ക്രൂരപ്രകൃതനായിരുന്ന അച്ഛൻ മദ്യം കഴിക്കുമ്പോൾ സരസനായി കാണപ്പെട്ടു. ദേഷ്യം വരുമ്പോൾ തലയിൽ തല്ലുമായിരുന്ന ആൾ ഇതു കഴിച്ചാൽ കവിൾ പിടിച്ചു കൊഞ്ചുന്നു. ഇതു തന്നെയാണോ എന്റെ അച്ഛൻ. അച്ഛനിൽ ഇങ്ങനെയൊരു രാസപ്രവർത്തനം നടത്തുന്ന രഹസ്യത്തിന്റെ ശക്തി എന്താണ്?

ഒരുദിവസം അച്ഛൻ ഉറക്കമായപ്പോൾ അൽപ്പമെടുത്ത് രുചിച്ചു നോക്കി. അസ്സല് ചവർപ്പ്... അൽപ്പം കഴിഞ്ഞപ്പോൾ തലയിൽ ഒരു തരിപ്പ്..കഴുത്തിന്റെ ഓരങ്ങളിൽ വിയർപ്പ്...ആകെ ഒരു സുഖം. പിന്നെപ്പിന്നെ അച്ഛനെ കാണാതെ കഴിക്കൽ പതിവായി. കുറേക്കാലം ഇതു തുടർന്നു. കുപ്പിയിൽ സാധനത്തിന്റെ അളവ് കുറയുന്നതുകണ്ട് ഒരു നാൾ അച്ഛൻ അത് കണ്ടുപിടിച്ചു. പൊട്ടിത്തെറിക്കും എന്നു കരുതിയ നിമിഷം കെട്ടിപ്പിടിച്ചു. ഇനി വേറെ കമ്പനി അന്വേഷിക്കേണ്ടതില്ലല്ലോ എന്ന പ്രഖ്യാപനം ചെയ്ത അച്ഛൻ ആഘോഷിക്കാൻ എന്ന മട്ടിൽ ഒരു പുത്തൻ സാധനം പുറത്തെടുത്തു. അത് വലിയ ഒരു അഴിഞ്ഞാട്ടത്തിന്റെ ആരംഭമായിരുന്നു.

ചോദിക്കാനും പറയാനും ആരുമില്ലെന്ന മട്ടിൽ പിന്നെ അടിച്ചു തകർക്കലായി. അടിച്ചു തകർക്കാൻ പിന്നെ അനന്തൻ മാത്രമായി. ഒരു നാൾ എഴുന്നേറ്റു നോക്കുമ്പോൾ അച്ഛൻ അന്ത്യനായിരിക്കുന്നു. ഹൃദയത്തിന് തകരാറായിരുന്നുവത്രെ. അച്ഛന്റെ നിര്യാണത്തോടെ വീട്ടിൽ അനന്തനും അമ്മയും തനിച്ചായി. അഴിഞ്ഞാട്ടങ്ങൾക്ക് അതോടെ പുതിയ നിർവചനങ്ങളുണ്ടായി. 'ഗ്രീൻവാലി' ക്ലബ്ബിൽ അംഗത്വമെടുത്തതോടെ വീടെത്തുമ്പോൾ രാത്രി ഒന്നുംരണ്ടും മണിയായി. ചിലപ്പോൾ ബോധമില്ലാതെ ഏതെങ്കിലും പരിചയക്കാരാവും വീട്ടിൽ കൊണ്ടു ചെന്നിടുക. അമ്മ പുലരുംവരെ ഇരുന്നു കരയും. അനന്തന്റെ രാത്രികാല വികൃതികളെക്കുറിച്ച് (അന്ന് പകൽ തുടങ്ങിയിട്ടില്ലത്രെ) അമ്മ

കോലേഴിയിലെ ചിത്തപ്പാവിനെഴുതും.

ചിത്തപ്പ അദ്ദേഹത്തിന്റെ പല സുഹൃത്തുക്കളുമായി സംസാരിച്ചു. ചില മാര്യേജ് ബ്യൂറോകളുമായി ബന്ധപ്പെട്ടു. അതിന്റെയൊക്കെ ഫലമാവണം ഈ വിവാഹം. കല്യാണം കഴിഞ്ഞതോടെ കുടി പൂർണമായും ഉപേക്ഷിച്ച ചിലരെ അവർ ഉദാഹരിച്ചു കാണിച്ചു. അതോടെ അമ്മയ്ക്ക് വിവാഹചിന്ത ബലപ്പെട്ടു. എങ്ങനെയെങ്കിലും വിവാഹം കഴിപ്പിക്കണമെന്നായി എപ്പോഴും. വിവാഹത്തോടെ സ്വാതന്ത്ര്യം നഷ്ടപ്പെടുമോ എന്ന ഭയമായിരുന്നു അനന്തന്. നിർബന്ധങ്ങൾക്ക് പിടികൊടുക്കാതെ നാലഞ്ചുകൊല്ലം തള്ളിനീക്കി. അപ്പോഴേക്കും നാലുനേരം കുടിയായി. ആലങ്കാരികമായി പറഞ്ഞാൽ നാൽക്കാലിയായി. അപ്പോഴാണത്രെ എന്റെ ആലോചനയുമായി കോലേഴി ചിത്തപ്പാവിന്റെ രംഗപ്രവേശം.

ഏതായാലും അനന്തന്റെ തുറന്നുപറച്ചിൽ എന്നെ ആകർഷിച്ചു. ഇക്കാലത്ത് തന്റെ പോരായ്മകളെ ആരാണ് പൊളിച്ച് പുറത്തു കാണിക്കുക? നടന്നതെല്ലാം നടന്നു. ഇനി അനന്തന്റെ നിലപാടെന്താണ് എന്നു മാത്രമേ എനിക്കറിയേണ്ടിയിരുന്നുള്ളൂ. സ്നേഹത്തിൽ മനസു മുറിച്ചു ചോദിച്ചപ്പോൾ അനന്തൻ നിസ്സഹായതയിൽ കൈമലർത്തി.

ഇല്ല എനിക്കു നിർത്താൻ കഴിയില്ല.

അനന്തന്റെ ചുണ്ടുകൾ വിറച്ചു. കവിൾത്തടം വിറച്ചു. നമുക്ക് ഏതെങ്കിലും ആന്റി അഡിക്ഷൻ സെന്ററിൽ പോകാമെന്ന എന്റെ നിർദേശവും അനന്തൻ നിരസിച്ചു. ഒരു കുഞ്ഞുപിറന്നാൽ അനന്തൻ മാറുമെന്നായി അമ്മ. ഞാനും ഒരു കുഞ്ഞിനെക്കുറിച്ച് ചിന്തിക്കാൻ തുടങ്ങിയിരുന്നു. ഏതായാലും വിചാരിച്ച സമയത്തിനുള്ളിൽ ഞാൻ അമ്മയായി. അമ്മയും കുഞ്ഞും എന്ന അനുകമ്പയൊന്നും പക്ഷേ, അനന്തൻ കാണിച്ചില്ല. അയാൾ തന്റെ കുടിയിൽ ഉറച്ചുനിൽക്കുകയും ജീവിതത്തെ പൂർവാധികം ഉല്ലാസഭരിതമാക്കുകയും ചെയ്തു. പതിവുപോലെ രാത്രി വളരെ വൈകി വന്നു. പകൽസേവയും തുടർന്നു.

വളർന്നു വരുന്നത് ഒരു പെൺകുഞ്ഞാണ്, ഗായത്രി ഓഫീസിൽ പോയിക്കഴിഞ്ഞാൽ അമ്മയ്ക്ക് കുഞ്ഞിനെ ഒറ്റയ്ക്ക് നോക്കാൻ കഴിയില്ല, അതിനാൽ തന്നാലാവുന്ന സഹായം താൻ ചെയ്യണം എന്ന സാമാന്യ വിചാരംപോലും അനന്തനിൽ ഓടിയില്ല. ഒരിക്കൽ വാക്സിനേഷൻ കഴിഞ്ഞുവന്ന് പൊള്ളുന്ന ചൂടിൽ കുഞ്ഞ് കരയുകയാണ്. കൊടുംമഴ... പനിയും ഇഞ്ചക്ഷനെടുത്ത ദിക്കിൽ നീർക്കെട്ടും... കുഞ്ഞ് നിർത്താതെ കരയുന്നു. അമ്മയാണെങ്കിൽ വയ്യാത്ത മാതിരി ഒരു കിടപ്പും. ഞാൻ എന്തൊക്കെ ചെയ്തുനോക്കിയിട്ടും കുഞ്ഞ് കരച്ചിൽ നിർത്തുന്നില്ല. പെട്ടെന്ന് ദേഷ്യം കയറിയ അനന്തൻ കുഞ്ഞിനെ എന്നിൽനിന്നും പറിച്ചെടുത്തു. ഒരു കുപ്പിയിൽനിന്നും കുറച്ച് മദ്യം കുഞ്ഞിന്റെ വായിലേക്കൊഴിച്ചു. ഞാനാകെ ഭയന്നു നിലവിളിച്ചു.. കുഞ്ഞ് ഇപ്പോൾ ഉറങ്ങും നോക്കിക്കോ എന്ന് അനന്തൻ പറയേണ്ട താമസം കുഞ്ഞ്

കരച്ചിൽ നിർത്തി മയക്കത്തിലേക്കു വീണു. ഒരു വലിയ പൊട്ടിച്ചിരിയോടെ അനന്തൻ ആ നട്ടപ്പാതിരയെ ആഘോഷത്തിലേക്കെറിഞ്ഞു.

എന്റെ ഉള്ളിൽ ഭീതി തലപൊക്കാൻ തുടങ്ങി. അനന്തൻ ഇതാവർത്തിക്കുമോ എന്ന ഭീതി. കുഞ്ഞിനെ എന്തു ധൈര്യത്തിൽ വീട്ടിൽ വിട്ടുപോകും എന്ന ഭീതി. എന്റെ സംശയങ്ങളൊന്നും അസ്ഥാനത്തായിരുന്നില്ല. ഞാൻ കണ്ടും കാണാതെയും അനന്തൻ കുഞ്ഞിനെ രുചിപ്പിക്കാൻ തുടങ്ങി. ഒഴിച്ചുകൂടാനാവാത്ത തന്റെ ശീലത്തെ ന്യായീകരിക്കാനാവുമോ ഇതെന്ന് ഞാൻ പലപ്പോഴും സന്ദേഹിച്ചു. അതോടെ വീട്ടിൽ വലിയ കലഹങ്ങൾ തുടങ്ങി. ഒരുനാൾ ശണ്ഠമൂത്തപ്പോൾ എനിക്കും വേണമെന്നാവശ്യപ്പെട്ട് ഞാൻ കുപ്പി എന്റെ വായിലേക്ക് കമഴ്ത്തി. എന്നിൽനിന്നും കുപ്പി പിടിച്ചുവാങ്ങിയ അനന്തൻ എന്റെ ചെകിടടച്ച് ഒരടി. വയറ്റിൽ ഒരു ചവിട്ടും. 'കുടിക്കുന്നോ നീ' എന്ന് അനന്തൻ അലറി.

നിങ്ങൾക്കും നിങ്ങളുടെ കുഞ്ഞിനും ആകാമെങ്കിൽ എനിക്കായാലെന്താ എന്ന ചോദ്യത്തിന് അനന്തൻ എന്റെ മുടിക്കുപിടിച്ച് മുഖം ചുവരിൽ ഇടിച്ചു. എങ്കിൽ എന്റെ അമ്മയെ വിളിച്ച് അവർക്കും കൊടുക്ക് എന്നു പറഞ്ഞ് കുപ്പി നിലത്തെറിഞ്ഞു. ആ ദൃശ്യങ്ങളത്രയും ഭയപ്പാടോടെ വീക്ഷിച്ച അമ്മ തന്റെ സാന്നിധ്യം അവസരോചിതമല്ലെന്ന് മനസിലാക്കി ഉൾവലിഞ്ഞു. അനന്തൻ എന്നെ ഇടംവലം തല്ലി. മുറിക്കു പുറത്താക്കി വാതിൽ തഴുതിട്ടു. ആ രാത്രി ചില സത്യങ്ങൾ ഞാൻ മനസിലാക്കി.

ഒന്ന്: എല്ലാം തുറന്നു പറയുന്ന ഒരു മുഖം മാത്രമല്ല അനന്തനുള്ളത്. തുറന്നു പറച്ചിലുകാരൻ എന്ന കാരണത്താൽ ഞാൻ സ്നേഹിച്ചതും വിശ്വസിച്ചതും തെറ്റ്.

രണ്ട്: ഇയാൾ സ്വാർഥനാണെന്ന സത്യം മനസിലാക്കാൻ ഞാൻ വൈകി.

മൂന്ന്: സ്വാർഥൻ മാത്രമല്ല, മറ്റുള്ളവരെ വേദനിപ്പിക്കുന്നതിൽ ആനന്ദംകൊള്ളുന്നവനുമാണ്.

നാല്: ദാമ്പത്യത്തിൽ ഭാര്യയ്ക്കും ഭർത്താവിനും തുല്യസ്ഥാനമല്ല ഇയാൾ കൽപ്പിച്ചിരിക്കുന്നത്.

ഏറ്റവും അപകടകരമായ സത്യമാണ് അഞ്ചാമത്തേത്. കുഞ്ഞ് വളർന്നു വലുതാവുന്ന ചുറ്റുപാടിൽ ഇയാളുമൊത്ത് ഒരു കുടുംബജീവിതം ഏറ്റവും ദുഷ്കരമാണ്.

പിറ്റേത്തെ ആഴ്ച മനസിൽ വിചാരിച്ചതുതന്നെ സംഭവിച്ചു. കുഞ്ഞിനെ ഡോക്ടറെ കാണിക്കാൻ കൊണ്ടുപോയ അനന്തൻ വരുന്ന വഴി ഒരു ബാറിൽ കയറി. കുഞ്ഞിനെ ആരെയോ ഏൽപ്പിച്ച് തന്റെ പരിപാടി ആരംഭിച്ചു. രാത്രി ഏറെ വൈകി വീടെത്തുമ്പോൾ കൂടെ കുഞ്ഞില്ല; അനന്തൻ കുഞ്ഞിന്റെ കാര്യം മറന്നു പോയിരുന്നു. ആ രാത്രി ഞാനനുഭവിച്ച വീർപ്പുമുട്ടൽ വാക്കുകൾകൊണ്ട് പറഞ്ഞറിയിക്കാൻ കഴിയില്ല.

സത്യത്തിൽ ഈ സംഭവമാണ് ഡൈവോഴ്സിനെക്കുറിച്ച് ചിന്തിക്കാൻ എന്നെ പ്രേരിപ്പിച്ചത്. വേർപാട് എളുപ്പത്തിൽ സാധിക്കുന്ന കേസാണ്. എനിക്കുവേണ്ടി വാദിക്കാൻ ഇന്ന് എത്രയോ സ്ത്രീസംഘടനകളുമുണ്ട്. പക്ഷേ, കോടതിവിധി അനുകൂലമായി വന്നെങ്കിൽത്തന്നെ ഒരു പെൺകുഞ്ഞിനെയുംകൊണ്ട് ഞാനെവിടെപ്പോകും? അച്ഛനും അമ്മയും ഇല്ലാത്തത്, ചോദിക്കാനും പറയാനും ഒരു ജ്യേഷ്ഠനില്ലാത്തത് എത്ര വലിയ ശാപമായെന്ന് ഞാൻ പേർത്തും പേർത്തും വിലപിച്ചു.

വേണമെങ്കിൽപ്പിന്നെ ചേച്ചിയുടെയോ അനിയത്തിയുടെയോ കൂടെ കൂടാം. അവരെല്ലാം ഓരോരോ ദിക്കിൽ അവരവരുടെതായ പ്രാരാബ്ധങ്ങളുമായി കഴിയുന്നവരാണ്. അവർക്ക് പുതിയൊരു ഭാരമായി അവിടെ ചെന്നുകയറാൻപറ്റുമോ? അവരെ കൊടുത്തിരിക്കുന്ന വീട്ടുകാർക്ക് ഞാൻ സ്വീകാര്യയാവുമോ? സ്വന്തമായി ഒരു വേലയുള്ളതിന്റെ തെമ്പാണ് ഭർത്താവിനെ വിട്ടെറിഞ്ഞു വരാൻ കാരണമെന്ന് വ്യാഖ്യാനമുണ്ടാവും.

രമണൻമാമ മരിച്ചതോടെ മാമി മകന്റെ കൂടെ കാനഡയിലാണ്. പിന്നെ വേണമെങ്കിൽ ഒറ്റയ്ക്ക് ജീവിച്ച് കാണിച്ചു തരാം എന്ന വാശിക്കുവേണ്ടി ഏതെങ്കിലും ഹോസ്റ്റലിൽ തങ്ങണം. അല്ലെങ്കിൽ വല്ല പരിചയക്കാരുടെയും വീട്ടിൽ പേയിങ് ഗസ്റ്റാവാം. അതെല്ലാം എത്രനാൾ? കൂടെയുള്ളത് ഒരു പെൺകുഞ്ഞല്ലേ? പ്രായമായി ഒറ്റപ്പെടുന്നു എന്നു തോന്നുമ്പോൾ അവൾ ചോദിക്കും എവിടെ എന്റെ അച്ഛൻ? എന്തിനാണ് അമ്മ അച്ഛനെ വിട്ടു വന്നത്? ഉത്തരമില്ലാതെ ഞാൻ ബുദ്ധിമുട്ടും. എന്റെ ഏതുത്തരവും അവളെ തൃപ്തിപ്പെടുത്തിയെന്നും വരില്ല.

ഇതിൽനിന്നെല്ലാം രക്ഷപ്പെടാൻ വേറൊരു മാർഗമുണ്ട്. നിയമപരമായി വേർപെട്ടശേഷം ഭൂതകാലം കാണിച്ചുകൊണ്ട് പരസ്യം കൊടുത്ത് മറ്റൊരു വിവാഹം കഴിക്കാം. മകൾ വലുതാവുമ്പോൾ അവളെ കാര്യങ്ങൾ പറഞ്ഞ് മനസിലാക്കാം. ആർക്കും ഞാനൊരു ബാധ്യതയുമാവില്ല. പക്ഷേ, വരുന്ന ആൾക്ക് എന്നെ പൂർണമായും മനസിലാക്കാൻ കഴിയുമോ? എന്റെ ജോലിയിലും ഭൗതികമായ നേട്ടങ്ങളിലും കൺവെച്ചുള്ള വരവാണെങ്കിൽ അവിടെ യഥാർഥ സ്നേഹം നിറയുമോ?

ആത്മീയതയെക്കുറിച്ചും അപ്പോൾ ആലോചിച്ചുപോയി. ഇന്ന് എല്ലാ ദിക്കിലും ആശ്രമങ്ങളുണ്ട്. ഭജനകേന്ദ്രങ്ങളുണ്ട്, സന്യാസസംഘങ്ങളുണ്ട്. അതിൽ ഏതിലെങ്കിലും കടന്നുകൂടി ശിഷ്ടജീവിതം തള്ളിനീക്കാം. പക്ഷേ, മകൾ? അവളെ എന്തുപറഞ്ഞു ബോധ്യപ്പെടുത്തും? എന്തെങ്കിലും പറഞ്ഞ് സമാധാനിപ്പിച്ചെങ്കിൽത്തന്നെ സ്വന്തം മനസ്സാക്ഷിയോട് എന്തുത്തരം പറയും? മറ്റുകുട്ടികൾ കളിച്ചും ചിരിച്ചും വളരുമ്പോൾ എന്റെ മകൾ മാത്രം...

എന്റെ മുന്നിലുള്ള പ്രധാന തടസം മകളാണെന്നു മനസിലായി? മകളില്ലായിരുന്നുവെങ്കിൽ ഒന്നും ഒരു പ്രശ്നമല്ലായിരുന്നു.

എന്തുചെയ്യണമെന്ന് എത്തുംപിടിയും കിട്ടാതിരുന്ന ഒരു നിമിഷത്തിൽ എന്നിലേക്ക് ആത്മഹത്യാ വിചാരം പൊട്ടിവീണു.

ആർക്കും ഒരു പൊല്ലാപ്പുമില്ലാതെ ഒഴിഞ്ഞുമാറാവുന്ന ഏകവഴി അതാണ്. അനന്തനാണ് കാരണക്കാരൻ എന്ന് ആളുകൾ പറയുമായിരിക്കും. കുടിച്ചു തിമിർക്കാൻ ഇനിയും ജീവിതം ബാക്കിയുണ്ടല്ലോ. എന്റെ മരണത്തിൽ ആർക്കും പങ്കില്ല എന്നൊരു ആത്മഹത്യാക്കുറിപ്പിലൂടെ അനന്തനെ രക്ഷിക്കാം.

പിന്നെയുള്ള പ്രശ്നം ആളുകൾ എങ്ങനെ പ്രതികരിക്കും എന്നുള്ളതാണ്. ഏറ്റവും വലിയ ഷോക്ക് അനിയത്തിക്കായിരിക്കും; കുഞ്ഞുംനാൾ തൊട്ടേ ഇരട്ടകളെപ്പോലെ വളർന്നതുകൊണ്ടും ഇപ്പോഴും ആ സ്നേഹം നിലനിൽക്കുന്നതുകൊണ്ടും. അടുത്ത ഷോക്ക് സഹപ്രവർത്തകർക്കായിരിക്കും. അവരുടെ കണ്ണിൽ ഞാൻ പ്രശ്നങ്ങളില്ലാത്ത കുടുംബജീവിതം നയിക്കുന്നവളാണ്. അനന്തനെക്കുറിച്ച് അവർക്ക് കൃത്യമായ അറിവൊന്നുമില്ല. ഇനി പ്രശ്നങ്ങളുണ്ടെങ്കിൽത്തന്നെ സ്വന്തമായി തൊഴിലുള്ള സ്ഥിതിക്ക് ഏതു ചുറ്റുപാടിലും ജീവിച്ചുകൂടെ എന്നതായിരിക്കും അവരുടെ ഭാഷ്യം.

ഇഷ്ടമില്ലാതെ ജീവിക്കേണ്ടിവരുന്ന ജീവിതം ഒരു ജീവിതമാണോ? മറ്റൊന്ന് കുഞ്ഞിനെ എന്തിനു കൊന്നു എന്ന ഞെട്ടലായിരിക്കും. എനിക്കും അങ്ങനെ തോന്നായ്കയില്ല. പക്ഷേ, അനന്തന്റെ കൈയിൽ മകളെ അവശേഷിപ്പിച്ചു പോകുക തീർത്തും അചിന്തനീയമായ കാര്യമാണ്. മരണത്തിലും എനിക്കു പിന്നെ സമാധാനമുണ്ടാവില്ല. അപ്പാ, അമ്മ, രമണൻമാമ ആരും ഇല്ലാത്തത് എത്ര നന്നായി എന്നു തോന്നിപ്പോവുന്നു. ഇതറിഞ്ഞാൽ അവരുടെ ആഘാതം എന്തായിരിക്കും?

അമ്മായിമ്മപ്പോരാണ് മരണകാരണം എന്ന് കുടുംബത്തിൽ ചിലപ്പോൾ സംസാരമുണ്ടായേക്കാം. ആത്മഹത്യാക്കുറിപ്പിൽ അമ്മയ്ക്കും രക്ഷപ്പെടാനുള്ള പഴുതു കൊടുക്കാം. മരണത്തിൽ അവരുടെ ശാപമെന്തിന്?

കമ്പനിയിൽനിന്നും കിട്ടുന്ന പൈസ ഏതെങ്കിലും അനാഥക്കുട്ടികൾക്ക് പഠിക്കാനോ വസ്ത്രങ്ങൾക്കോ ഭക്ഷണത്തിനോ വിനിയോഗിക്കണമെന്നും കുറിപ്പിൽ എഴുതാം. ആർക്കെങ്കിലും ഒരുനേരം അന്നമുണ്ടാവട്ടെ. ഉടുതുണിയും ഉറക്കവുമുണ്ടാവട്ടെ.

മകളെ ചേർത്തിരിക്കുന്ന സ്കൂളിലെ ഏറ്റവും മാർക്കു വാങ്ങുന്ന കുട്ടിക്ക് ഒരു ചെറിയ സ്കോളർഷിപ്പ് ഏർപ്പെടുത്തണമെന്നതാണ് മറ്റൊരാഗ്രഹം. അത് മകളുടെ പേരിൽ തന്നെയാവണം. മൺമറഞ്ഞുപോയ ആത്മാവിന് അതൊരു സന്തോഷമാകട്ടെ.

ഞാൻ ജനിച്ചു വളർന്ന ഗ്രാമത്തിലെ ക്ഷേത്രത്തിൽ കുംഭാഭിഷേകവും വിശേഷപൂജകളുമുണ്ടെന്ന് നോട്ടീസ് വന്നിരുന്നു. അവർക്ക് ഒരു തുക വകയിരുത്താം.

വേറെ ആഗ്രഹങ്ങളോ മോഹങ്ങളോ ഒന്നുമില്ല. സത്യത്തിൽ ഇപ്പോഴാണ് മനസിൽ ഒരു അറുതൽ. പ്രശ്നങ്ങളിൽനിന്നും മുക്തികിട്ടിയ ആഹ്ലാദം.

എളുപ്പ മരണത്തിന് ഏതുവഴി സ്വീകരിക്കണം എന്ന ടെൻഷനുണ്ടായിരുന്നു. അനന്തൻ എസ്റ്റേറ്റുടമയായതു ഭാഗ്യം. ഇടയ്ക്കിടെ തുടച്ചു മിനുക്കിവയ്ക്കുന്ന ഇരട്ടക്കുഴൽ കൈയെത്തുന്ന ദൂരത്താണ്. തോക്കാവുമ്പോൾ ഒരു സുഖമുണ്ട്. എല്ലാം പെട്ടെന്നു തീരും. ഉറങ്ങിക്കിടക്കുന്ന മകളുടെ നെറ്റിയിൽ ഒരു വെടി. കവിളിനുകീഴെ താടിയെല്ലിനു ചേർത്തുവെച്ച് കാൽവിരൽകൊണ്ട് ഒരു കാഞ്ചിവലി. നിമിഷങ്ങൾക്കകം എന്റെ മരണവും സുനിശ്ചിതം.

തെരഞ്ഞെടുക്കുന്ന സമയമാണ് ഏറ്റവും പ്രധാനം. അനന്തനുണ്ടാവാൻ പാടില്ല. അമ്മ അമ്പലത്തിൽപ്പോയ നേരമാവണം. ആ സമയം മകൾ ഉറങ്ങുകയുമായിരിക്കണം. ഉറക്കമില്ലെങ്കിൽത്തന്നെ തോക്കുകൊണ്ടു കളിക്കുന്നതുപോലെ കാണിച്ച് ചിരിച്ചും ചിരിപ്പിച്ചും കാര്യം സാധിച്ചെടുക്കണം.

അതിനുമുമ്പ് അവളെ ഏറ്റവും കൂടുതൽ സന്തോഷിപ്പിക്കുന്ന കാര്യം ചെയ്യണം. പൂത്തിരിയും മത്താപ്പും അവൾക്ക് ജീവനാണ്. ദീപാവലി സമയമല്ലെങ്കിലും ഒരു കടയിൽ അതു കണ്ടുവെച്ചിട്ടുണ്ട്. കൈ നിറയെ കമ്പിത്തിരിയും വിഷ്ണുചക്രവും റോൾകേപ്പും വാങ്ങിക്കൊടുത്ത് അവളെ സന്തോഷിപ്പിക്കണം.

പടക്കപ്പൊതിയും പിടിച്ച് അവൾ തുള്ളാൻ തുടങ്ങുമ്പോൾ തോക്കുകൊണ്ട് ദീപാവലി....

ശരിക്കും ദീപാവലി....

പച്ചക്കറിത്തോട്ടം

കൃഷിവകുപ്പ് സൗജന്യമായി വിത്തുകൾ വിതരണം ചെയ്യുന്നുണ്ടെന്ന് കൗസല്യയാണ് പറഞ്ഞത്. സൗജന്യം എന്നു കേൾക്കുമ്പോഴേക്കും ആളുകൾ ചാടിവീഴുന്ന കാലമായതിനാൽ നേരത്തേ ഇറങ്ങി.

നല്ല ഇനം വിത്തുകളാണ് കിട്ടിയത്. അതു മുളപ്പിച്ചു വളർത്താൻ സ്ഥലം കുറഞ്ഞുപോയെന്നു കൗസല്യ ആവലാതി തുടങ്ങി.

"അന്ന് രണ്ടു സെന്റുംകൂടി ചേർത്തു വാങ്ങാർന്നില്ല്യേ ശേഖരേട്ടന്? ഇന്നേ തീയതിക്ക് കൃഷിവകുപ്പ് വിത്തുകൾ സൗജന്യമായി നൽകും എന്നറിഞ്ഞിരുന്നെങ്കിൽ തീർച്ചയായും വാങ്ങിയേനേ...."

ഒരു യുദ്ധാന്തരീക്ഷത്തിന് ഇത്രയുമൊക്കെ മതിയായിരുന്നു. നിനച്ചിരിക്കാത്ത നിമിഷത്തിൽ വാക്കുകൾക്ക് സ്ഥാനം തെറ്റും. മുറുമുറുപ്പും ചീറ്റലുമുണ്ടാവും അൽപ്പനേരം. ആരെങ്കിലുമൊരാൾ തണുത്ത് പിൻവാങ്ങിയാൽ അന്തരീക്ഷം ശാന്തം.

ഇത്തവണ പക്ഷേ, കൗസല്യ വിടുന്ന ഭാവമില്ല.

"എങ്കിൽ ഒരു കാര്യം ചെയ്യാം...

വെണ്ട, വഴുതിന, പയർ എന്നിവ ടെറസിൽ നടാം..."

പെട്ടെന്നു ശേഖരന്റെ മട്ടു മാറി.

"ഈ ഒന്നരസെന്റിൽ എന്തെല്ലാം നടാൻ പറ്റുമോ അത്രയും മതി...."

ഒന്നാലോചിച്ച് ശേഖരൻ ചോദിച്ചു:

"നമ്മളെന്താ കച്ചവടം തൊടങ്ങാൻ പൂവ്വാ?"

കൗസല്യ മറുപടി പറഞ്ഞില്ല.

പിറ്റേന്ന് ഒഴിവു ദിനമായതിനാൽ അതികാലത്തുതന്നെ തൂമ്പയും കത്തിയുമായി ശേഖരൻ തൊടിയിലേക്കിറങ്ങി. വെയിൽ മൂക്കുന്നതിനു മുമ്പ് പണി കഴിച്ച് കയറണം.

കൈയിൽ പഞ്ചാംഗവുമായി കൗസല്യ പിറകെയെത്തി.

ശേഖരേട്ടാ ഇന്നു വേണ്ടാട്ടോ...."

ഇഷ്ടവിഷയങ്ങൾക്ക് സാധാരണ മുടക്കം പറയുക പതിവില്ലല്ലോ എന്ന് ശേഖരൻ തിരിഞ്ഞു നോക്കി.

"ഇന്ന് സപ്തമിയാണ്...തൃക്കേട്ടയും...വിത്തിറക്കാൻ നല്ല നാളല്ല..."

"ഇതിനും നാളും തിഥിയുമൊക്കെ നോക്കണോ?"

ശേഖരൻ തലക്കെട്ടഴിച്ചു.

"കൃഷിക്കാർ വിത്തിറക്കുന്നതിനുമുമ്പ് മുഹൂർത്തവും പൂജയുമൊക്കെ പതിവുണ്ടല്ലോ..."

ശേഖരന്റെ കയ്യിൽനിന്നു കൗസല്യ തൂമ്പ വാങ്ങി.

"അതൊക്കെ കൃഷി ഉപജീവനമാക്കിയവർ... നമ്മൾ വെറും..."

"അതിലൊക്കെ കാര്യണ്ട്." കൗസല്യ ശേഖരനെ കൈ പിടിച്ച് അകത്തേക്ക് കൊണ്ടുവന്നു, "നമുക്ക് നല്ലൊരു ദിവസം മതി വിത്തിറക്കൽ..."

ശേഖരന് കൗസല്യയോട് നീരസം തോന്നി. ഒരു നാട്ടിൻപുറത്തുകാരിയുടെ നിർദ്ദോഷകരമായ വിശ്വാസങ്ങളും നിഷ്കളങ്കതയും... അതിനാൽ വന്നുചേരുന്ന അബദ്ധങ്ങൾ...ഇന്നലെ വിത്തുകൊണ്ടു വന്നപ്പോൾ കണ്ണിൽ വെച്ച് തൊടുകയും പൂജാമുറിയിൽ കൊണ്ടുവെക്കുകയും ചെയ്തു. സന്ധ്യക്ക് ദൈവങ്ങൾക്ക് തിരിനാളം കാണിക്കുമ്പോൾ വിത്തുപൊതികൾക്കും കാണിച്ചു. കുട്ടിത്തം മാറാത്ത കൗസല്യയുടെ കാട്ടായങ്ങൾ കണ്ട് അകമേ ചിരി വന്നു. അടുക്കളയിലെ മേശപ്പുറത്ത് മുപ്പതോളം പ്ലാസ്റ്റിക് കവറുകൾ നിരത്തിയിരിക്കുന്നത് എന്തിനാണെന്ന് പക്ഷേ, ശേഖരന് മനസിലായില്ല.

കൗസല്യയുടെ ഉത്തരം പെട്ടെന്നായിരുന്നു.

"ടെറസിൽ ചെടികൾ നടാൻ..."

ശേഖരന് ഇപ്പോൾ കലി വന്നു. പ്ലാസ്റ്റിക്ക് കവറുകളിൽ മണ്ണ് നിറച്ചുള്ള ടെറസിലെ കൃഷിരീതി നഗരങ്ങളിലും സ്ഥല പരിമിതിയുള്ള ദിക്കുകളിലും പ്രബലമായി കണ്ടുവരുന്നുണ്ട്.

കവറുകളുടെ അടിത്തട്ടിൽ ജലാംശം കെട്ടിനിന്ന് സ്ലാബുകളിലേക്ക് പടരുകയും അതിനുള്ളിലെ ഇരുമ്പിൽ തുരുമ്പ് കയറുകയും പോകെപ്പോകെ അത് കിനിഞ്ഞിറങ്ങി കാഴ്ച ഭാഗങ്ങളിൽ കറയുണ്ടാവുകയും ചെയ്യുന്നത് സാധാരണമായിരിക്കുന്നു. കാലാന്തരത്തിൽ സ്ലാബിൽ വിള്ളലുണ്ടാകുകയും ഒരു ചോർച്ച സാധ്യമാവുകയും ചെയ്യുന്നു. അതിനാൽ പ്ലാസ്റ്റിക്ക് കവറുകൾ വാരിയെടുത്തുകൊണ്ട് ശേഖരൻ പറഞ്ഞു:

"നമുക്ക് ടെറസ്സ് കൃഷി വേണ്ട..."

കൗസല്യ തട്ടിപ്പറിക്കാൻ ശ്രമിച്ചപ്പോൾ ഒരു മൽപ്പിടുത്തമുണ്ടായി.

ശേഖരൻ എല്ലാം എടുത്ത് മതിലിന് വെളിയിലേക്കെറിഞ്ഞു.

കോളനിയിലെ മഹിളാവിഭാഗത്തിന്റെ പ്രതിമാസ മീറ്റിങ് ദിവസം

കൂടിയായിരുന്നു അത്. ഉത്തരവാദപ്പെട്ട സ്ഥാനങ്ങളൊന്നുമില്ലെങ്കിലും കമ്മിറ്റിയിലുണ്ട് കൗസല്യ. കോളനിയിലെ ഓരോ വീടുകളിലും നടക്കുന്ന സംഭവങ്ങൾ വള്ളിപുള്ളി വിടാതെ ശേഖരിക്കലാണ് പ്രധാന പണി. ഇത്തവണ പക്ഷേ, കാര്യപ്പെട്ട ഒരു വിശേഷം അവതരിപ്പിച്ചുകൊണ്ടായിരുന്നു വരവ്.

പച്ചക്കറി ഉപയോഗിക്കുമ്പോൾ കൂടുതൽ ജാഗ്രത്താവണം എന്ന് മഹിളാ വിഭാഗം ആലോചിച്ച് തീരുമാനമെടുത്തിരിക്കുകയാണത്രെ. പത്രമാധ്യമങ്ങളിൽ ചർച്ചചെയ്തു വരുന്ന ഒരു കീടനാശിനിയാണ് പ്രതി. അണുക്കളുടെ അതിപ്രസരത്തിൽനിന്നും കായ്കറികളെ രക്ഷിക്കാൻ ഇതുപയോഗിക്കാതെ തരമില്ലത്രെ. കാബേജ്, കോളീഫ്ളവർ എന്നിവയിലാണ് പ്രധാന പ്രയോഗമെങ്കിലും മറ്റു പച്ചക്കറികളും ഇതിൽനിന്നും മുക്തമല്ല.

ഇപ്പോൾ സൂപ്പർസ്റ്റാറായി മാറിയ ഈ കീടനാശിനിക്കു പുറമേ വേറെയും ചിലവ ഉപയോഗിച്ചു വരുന്നുണ്ടുപോലും. ചുരുക്കത്തിൽ ഇതിന്റെയെല്ലാം ഒരംശം പച്ചക്കറികളിലൂടെ നമ്മളിലും എത്തിച്ചേരുന്നുണ്ട്. അനന്തരഫലങ്ങൾ പത്രങ്ങളിൽ വന്ന ചില ഫോട്ടോകൾ നിരത്തി ഉദാഹരിച്ചു കൗസല്യ.

ഫുട്ബോൾപോലെ വീർത്ത തല....ഉണങ്ങിയ കമ്പുപോലെ കൈകാലുകൾ....പൂർണഗർഭംപോലെ വയറുന്തിയ കുട്ടികൾ.....

ആ ദൈന്യതയിലേക്ക് ശേഖരൻ നടുക്കത്തോടെ കണ്ണോടിച്ചു. പിന്നെ ചോദിച്ചു: "ഇതിനെതിരെ എന്താ നിങ്ങൾ മഹിമകളുടെ തീരുമാനം."

പച്ചക്കറി മൂന്നും നാലും തവണ കഴുകി ഉപയോഗിക്കുക...പറ്റുമെങ്കിൽ ഒരു ദിവസം മുഴുവൻ വെള്ളത്തിലിട്ടു വയ്ക്കുക, കാബേജും കോളീഫ്ളവറും പാടെ വർജിക്കുക" കൗസല്യ ഒരുവിധം പറഞ്ഞ് അവസാനിപ്പിച്ചു. പിന്നെ കാലത്ത് ഉണ്ടാക്കിവെച്ച കൂട്ടാനും ഉപ്പേരിയും എടുത്ത് ചവറ്റുകൊട്ടയിൽ നിക്ഷേപിച്ചു. ഫ്രിഡ്ജ് തുറന്ന് പച്ചക്കറികൾ ഓരോന്നായി എടുത്ത് മണത്തു നോക്കി. ചിലവ വലിച്ചെറിഞ്ഞു. ചിലവ വെള്ളത്തിലിട്ടു.

കൗസല്യയുടെ പരിഭ്രമംകണ്ട് ശേഖരൻ ഒരു സംശയം ചോദിച്ചു.

"അപ്പോൾ ഈ പച്ചക്കറികളിൽനിന്നും ഉണ്ടാക്കുന്ന വിത്തുകളിലും വിഷത്തിന്റെ അംശം കാണില്ലേ? ഒരുനിമിഷം കൗസല്യ സ്തബ്ധയായി.

പിന്നെ പൂജാമുറിയിലേക്ക് പാഞ്ഞു കയറി. അവിടെ വെച്ചിരുന്ന വിത്തുപൊതികൾ കാണാഞ്ഞ് കലികയറിയവളെപ്പോലെ ശേഖരന് നേരെ ആഞ്ഞടുത്തു.

"എവിടെ.....എവിടെ ഞാൻ വെച്ച വിത്തുകൾ?"

അലമാരകൾ തുറന്നു നോക്കുന്നു, അടുക്കളയിലെ ഷെൽഫുകളും ഡ്രസിംഗ് ടേബിളിന്റെ വലിപ്പും പുസ്തക റേപ്പും പരിശോധനയ്ക്ക് വിധേയമാകുന്നു. എവിടെയും കാണാഞ്ഞ് ഉച്ചത്തിൽ ആക്രോശിക്കുന്നു.

"എവിടെ.....എവിടെ...?"

കരണത്ത് ഒന്നുകൊടുക്കാൻ തോന്നി ശേഖരന്. കൈ ഉയർത്തുമ്പോഴേക്കും വീണ്ടും അട്ടഹാസം.

"എവിടെ....എവിടെ?"

അടുക്കളയിൽ പാത്രങ്ങൾവെച്ച ഷെൽഫിൽ എന്തോ ഓടുന്ന ശബ്ദം കേട്ടു. രണ്ടു പാത്രങ്ങൾക്കിടയിലൂടെ മരണ ശബ്ദമുണ്ടാക്കിക്കൊണ്ട് ഒരു എലി താഴെ വീണു.

നിമിഷനേരത്തെ പിടച്ചിലിനൊടുവിൽ അത് ചരമം വരിച്ചു.

പുതുവർഷ വിരുന്ന്

സൺബീറ്റ് അപ്പാർട്ട്മെന്റിലാണ് ഫ്ളാറ്റ് വാങ്ങുന്നത് എന്നു കേട്ട പ്പോൾത്തന്നെ ശ്രീനാഥ് മുഖം ചുളിച്ചു.

"നിനക്കിത് പാരയാവും നോക്കിക്കോ...."

"എന്തു പാര?"

ഹൈ ഇൻകം ഗ്രൂപ്പ് വിഭാഗത്തിൽപ്പെട്ട ഉയർന്ന വരുമാനക്കാരും അവർക്കു മാത്രം താങ്ങാവുന്ന ചില കീഴ്വഴക്കങ്ങളുമാണ് അവിടെയുള്ള തെന്ന് ശ്രീനാഥ് കൂട്ടിച്ചേർത്തു.

"അതിന് നമുക്കെന്തു പ്രശ്നം? നമ്മൾ നമ്മുടെ രീതിയിൽ ജീവിക്കുന്നു.....അവർ അവരുടെ പാട്ടിലും..."

"അസോസിയേഷനിൽ മെമ്പറായിക്കഴിഞ്ഞാൽ നീ നിന്റെ പാട്ടിന് ജീവിക്കുന്നതെങ്ങനെ?"

"അവരെന്താ പിടിച്ചു തിന്നുമോ?"

പിടിച്ചുതിന്നുന്ന ഒരുതരം ആധുനിക സംസ്കാരമാണ് അവിടെ യുള്ളതെന്ന് ശ്രീനാഥ് ഉദാഹരണങ്ങൾ നിരത്തി. നാം എന്തെങ്കിലും പുതിയ സാധനങ്ങൾ വാങ്ങുമ്പോൾ, സന്തോഷത്തിനു വകയുള്ള എന്തെ ങ്കിലും സംഭവിക്കുമ്പോൾ അന്നു രാത്രി ഫ്ളാറ്റിലെ താമസക്കാർക്ക് ഡിന്നർ സ്പോൺസർ ചെയ്തുകൊള്ളണം എന്നതാണ് അവിടത്തെ നിയമം. ഒരു ലാപ്ടോപ് വാങ്ങിച്ചതിന് സണ്ണിക്ക് ചെലവായത് രണ്ടായിരം രൂപയുടെ ചിക്കൻ കറിയും ചപ്പാത്തിയും. ലച്ചു പ്ലസ്ടു പാസായതിന് ആയിരം രൂപയുടെ ഐസ്ക്രീം...ഓരോ പുതിയ സാധനങ്ങൾ വാങ്ങുമ്പോഴും നാം പുതിയൊരു ബാധ്യത ചുമലിലേറ്റുകയാണ്. ആ ബാധ്യതയെ ഒന്നുകൂടി ആഴപ്പെടുത്തുന്നതാണ് ഈ സ്പോൺസർഷിപ്പ്...

"ഇവരെപ്പേടിച്ച് നമുക്കെന്തെങ്കിലും വാങ്ങാതിരിക്കാൻ പറ്റുമോ?

നെഞ്ചിൽ ആശങ്കയുടെ പടക്കം എറിഞ്ഞിട്ട് ശ്രീനാഥ് പോയി. സ്പോൺസർഷിപ്പിന് പേടിച്ച് ഇത്രയും നല്ലൊരു ഫ്ളാറ്റ് വാങ്ങാതിരിക്കുന്നത് ബുദ്ധിമോശമാണെന്ന് അനിരുദ്ധൻ നിരൂപിച്ചു.

ഫ്ളാറ്റിൽ താമസം തുടങ്ങി മൂന്നാം ദിവസം.

ചുളുവിൽ ഒത്തുവന്നപ്പോ ഒരു സെക്കന്റ് ഹാൻഡ് കാറു വാങ്ങുക എന്ന ചെറിയ അപരാധമേ അനിരുദ്ധൻ ചെയ്തുള്ളൂ. കാറ് പാർക്കിങ് ഏരിയയിൽ ഇട്ട് പുറത്തിറങ്ങുമ്പോഴേക്കും ജെറാൾഡും ബ്രിജിത്തയും മുന്നിൽ അവതരിച്ചു. അന്നു രാത്രി അനിരുദ്ധൻ നടത്തേണ്ട ട്രീറ്റ് എന്തായിരിക്കണമെന്ന് അവർ നിർദേശിച്ചപ്പോൾ "ഇതൊരു സെക്കനാൻഡ് കാറല്ലേ" എന്ന് അനിരുദ്ധൻ ഒന്നു ഞെളിഞ്ഞു.

"കാറ് സെക്കനാൻഡാണ് എന്നതല്ല വിഷയം...നിങ്ങൾ ഒരു വാഹനം സ്വന്തമാക്കിയിരിക്കുന്നു. സിറ്റിയിൽ ഒഴുകുന്ന അനേക ലക്ഷം കാറുകളിൽ ഒരെണ്ണം ഇനി നിങ്ങളുടേതാണ്. അതിന്റെ ആഘോഷമാണ് നമ്മുടെ വിഷയം....

വർഷങ്ങളായുള്ള സമ്പാദ്യം അരിച്ചുപെറുക്കി തറവാട് വിറ്റു കിട്ടിയതിന്റെ ഭാഗം അതിനോട് ചേർത്ത് കണ്ണു തള്ളുന്ന ലക്ഷങ്ങൾ ബാങ്കിൽനിന്നും ലോണെടുത്ത് അങ്ങനെ സ്വരൂപിച്ചുണ്ടാക്കിയതാണ് ഈ ഫ്ളാറ്റ്. മാസത്തവണതന്നെ വലിയൊരു തുക അടവുണ്ട്. നാട്ടിൽ ചെലവിനു കൊടുക്കേണ്ടത് വേറെ. ചുരുങ്ങിയത് അഞ്ചുവർഷത്തേക്കെങ്കിലും കടിച്ചുപിടിച്ചു നിന്നാലേ പേഴ്സണൽ ലോണുകൾ തീരുകയുള്ളൂ. ഇതിനിടയ്ക്ക് ചുളുവിൽ കിട്ടിയപ്പോൾ വാങ്ങിയതാണ്. ബസ്സ് യാത്രകൾ ബുദ്ധിമുട്ടായതുകൊണ്ടാണ് ഈ അത്യാവശ്യത്തിലേക്ക് എടുത്തു ചാടിയതും. അതിനിപ്പോൾ അപ്പാർട്ട്മെന്റിലെ അംഗങ്ങൾ ആവശ്യപ്പെടുന്നത് നാലായിരത്തിൽ കുറയാത്ത ഒരു ട്രീറ്റ്.

പിറ്റേന്ന് കാലത്ത് ഡിന്നർ മെനുവുമായി ബ്രിജിത്ത അവതരിച്ചു. സസ്യഭുക്കുകൾക്കും മാംസഭുക്കുകൾക്കും വെവ്വേറെ ഇനങ്ങളായിരുന്നു അതിൽ. എന്തു പറയണമെന്നറിയാതെ അനിരുദ്ധനും ഭാമയും പരസ്പരം മുഖം നോക്കി.

"നിങ്ങൾ പച്ചക്കൊടി കാണിക്കുകയേ വേണ്ടൂ."

ജെറാൾഡ് പ്രോത്സാഹിപ്പിച്ചു. "ബാക്കിയെല്ലാം ഹെഡേക്ക്..."

ഗൃഹപ്രവേശം നടത്തിയതിന്റെ ക്ഷീണം തീർന്നിട്ടില്ല. കുട്ടികൾക്ക് സ്കൂൾഫീസ് അടയ്ക്കേണ്ട മാസമാണ്. ആശുപത്രി ചെലവിനെന്നും പറഞ്ഞ് സുനിലും ഒരു സംഖ്യ ചോദിച്ചിരിക്കുന്നു.

"അടുത്ത മാസം നടത്തിയാൽ പോരേ?"

"അതിൽ എന്തു ചാം ആണുള്ളത്..."

ബ്രിജിത്ത പരിഹാസച്ചുവയുള്ള ഒരു ചിരി ചിരിച്ചു. "ഈ മാസം കാർ വാങ്ങിയതിന് അടുത്ത മാസം ട്രീറ്റോ? ഡോണ്ട് യു ഫീൽ സില്ലി..."

അനിരുദ്ധന് ചെറുതായതുപോലെ തോന്നി.

''പൈസ ഒരു വിഷയമാക്കേണ്ട മിസ്റ്റർ....'' പേഴ്സിൽനിന്ന്

ജെറാൾഡ് ഒരു ക്രെഡിറ്റ് കാർഡ് പുറത്തെടുത്തു, "വി വിൽ അഡ്ജസ്റ്റ് ഫോർ ദ ടൈം ബീയിങ്ങ്..."

അനിരുദ്ധന് ഒന്നും മറുത്തുപറയാനായില്ല.

"ഓകെ ബായ്..." ജെറാൾഡും ബ്രിജിത്തയും കൈകൾ കൂട്ടിത്തിരുമ്മി.

"എവരിതിങ് ഈസ് ഫിക്സഡ് നൗ...നിങ്ങൾ ഒന്നു വന്നു തന്നാൽ മതി...."

കഥാപാത്രങ്ങളായി നിന്നു കൊടുക്കുക. അതാണ് ഇനിയുള്ള ദൗത്യം.

അന്നു രാത്രി അപാർട്ടുമെന്റിന്റെ ഏറ്റവും മുകളിൽ പ്ലാസ്റ്റിക് ഷീറ്റുകൊണ്ട് കൂടാരംപോലെ പണിത ടെറസിൽ ഫ്ളാറ്റ് വാസികൾ ഒത്തുകൂടി. ഏതോ ഹോട്ടലിൽനിന്ന് കൊണ്ടുവരപ്പെട്ട വിഭവങ്ങൾ സസ്യമാംസ ക്രമത്തിൽ നിരന്നു. ഒരു പ്രാർഥനാഗീതത്തോടെ ആരംഭിച്ച ചടങ്ങ് രണ്ടു മണിക്കൂറോളം നീണ്ടു. ഇതിനിടയ്ക്ക് അൽപ്പം വീര്യം വേണ്ടവർ സ്വകാര്യമായി ജെറാൾഡിന്റെ ഫ്ളാറ്റിലേക്ക് പോവുകയും കാര്യം സാധിച്ച് തിരിച്ചു വരികയും ചെയ്തു.

ഭക്ഷണം കഴിക്കേണ്ട സമയമായിട്ടും ജെറാൾഡ് ബ്രിജിത്ത ദമ്പതികളുടെ ഏകമകൾ ജെന്നി വന്നെത്തിയില്ല. അവൾ കംപ്യൂട്ടർ ക്ലാസും മാത്സ് ട്യൂഷനും ജിമ്മിലെ വർക്കൗട്ടും കഴിഞ്ഞ് വരാൻ വൈകുമെന്ന് ബ്രിജിത്ത പറഞ്ഞു.

"അതിനാൽ അവൾക്കുവേണ്ട ഫുഡ് ഞാൻ പാകം ചെയ്തെടുക്കുന്നു."

ഇന്ന് കംപ്യൂട്ടർ ക്ലാസ് ഇല്ലെന്നും ജെന്നി തന്നോടൊപ്പം ഏഴു മണിക്കുതന്നെ എത്തിയെന്നും രാജശേഖരൻ നായരുടെ മകൾ നിർമല പറഞ്ഞു.

"എങ്കിൽ അതിനുശേഷം അവൾ എങ്ങോട്ടെങ്കിലും പോയിക്കാണും."

ബ്രിജിത്ത ഒന്ന് അഡ്ജസ്റ്റ് ചെയ്തു.

"പ്രായം ചെന്ന പെൺപിള്ളാര് പറയാതെ അങ്ങനെ എങ്ങോട്ടെങ്കിലും പോകാൻ പാടുണ്ടോ ബ്രിജി?"

കിട്ടിയ അവസരം പാഴാക്കാതെ സിസിലി ബ്രിജിത്തയ്ക്കിട്ട് ഒന്നു താങ്ങി.

"അവൾ എങ്ങോട്ടു പോയെന്നാ നിങ്ങളിപ്പം പറഞ്ഞു വരുന്നേ?"

"എങ്ങോട്ടും പോയിട്ടില്ല" മാലിനി അയ്യർ ഉറപ്പുണ്ടെന്നപോലെ പറഞ്ഞു.

"അവൾ അവളുടെ മുറിയിൽത്തന്നെ കാണും...കതകടച്ചിട്ടുണ്ടാവും...മൊബൈലിൽ സംസാരിക്കുന്നുണ്ടാവും...ചെന്നു നോക്കൂ..."

"നിങ്ങളെന്നാ കണ്ടപോലെ പറയുന്നേ..."

തനിക്കിട്ട് എല്ലാവരും കല്ലുവെച്ച് സംസാരിക്കുന്നത് ബ്രിജിത്തയ്ക്ക് സഹിക്കാനായില്ല.

"ഞങ്ങള് ദിവസവും കാണുന്നതല്ലേ" മായാവതി എന്ന് ചുരുക്കപ്പേര് സമ്പാദിച്ചിട്ടുള്ള ലളിത വെങ്കിടേശൻ വ്യക്തമാക്കി, "ജെന്നി എപ്പോഴും മൊബൈലിൽത്തന്നെയാ...എന്തോ സ്വകാര്യം പറയുന്ന മട്ടാ സംസാരത്തിന്...അതാണ് മനസിലാകാത്തത്..."

ബ്രിജിത്ത കേൾക്കാത്ത മട്ടിൽ ഭക്ഷണമേശയ്ക്കരികിലേക്ക് തിരിഞ്ഞു. ജെറാൾഡ് ഏതാണ്ട് നാല് കാലിലായിക്കഴിഞ്ഞിരിക്കുന്നു.

തിരക്കിൽനിന്നും മാറി അനിരുദ്ധൻ ആലോചിച്ചു. ഇത് സെക്കൻഡ് ഹാൻഡ് കാറ് വാങ്ങിയതിന് താൻ നടത്തുന്ന പാർട്ടിയാണോ? അതോ..

അപ്പാർട്ട്മെന്റിലെ രാത്രിക്ക് അന്ന് തിരശ്ശീലയായി.

ജെന്നിയെ കാണാൻ അനിരുദ്ധനും ഭാമയ്ക്കും കൗതുകമായി. തങ്ങൾ സ്പോൺസർ ചെയ്ത രാത്രി വിരുന്നിനിടെ ഫ്ളാറ്റു നിവാസികളുടെ സംഭാഷണ സമയമത്രയും കവർന്ന ആ പെൺകുട്ടി കാണാൻ എങ്ങനെയിരിക്കും?

കാണാൻ സ്റ്റൈലിഷ് ആയിരുന്നു ജെന്നി. തോൾപ്പട്ടയിൽവെച്ച് കൃത്യമായി വെട്ടിനിറുത്തിയ തലമുടി. കാറ്റിൽ അതെപ്പോഴും ആടിക്കളിച്ചു. യഥാർഥ ശരീരവടിവ് വിളിച്ചറിയിക്കുന്ന വസ്ത്രധാരണം. അത് ആരെയും ഒന്നുനോക്കാൻ പ്രേരിപ്പിച്ചു. ഇംഗ്ലീഷ് സംഭാഷണത്തിന് മുന്തിയ കോൺവെന്റ് ആക്സന്റ്. ആരും അതു കേൾക്കാൻ ഇഷ്ടപ്പെട്ടു.

എല്ലാ അർഥത്തിലും ഒരു സിറ്റി ബോൺ ആയിരുന്നു ജെന്നി.

ജെന്നിയെക്കുറിച്ച് അന്നു രാത്രികേട്ട ആരോപണങ്ങളിൽ അൽപ്പം വാസ്തവമില്ലേ എന്നു പിന്നീടുള്ള ദിവസങ്ങളിൽ അനിരുദ്ധനും തോന്നി. നഗരത്തിലെ തിരക്കുള്ള നിരത്തിലൂടെ ജെന്നി മൊബൈലിൽ കൊഞ്ചിനടക്കുന്നത് അയാൾ പലതവണ കണ്ടു. മറ്റൊരിക്കൽ സൈബർ കഫേയിലെ ഇടുങ്ങിയ ക്യൂബിലേക്ക് ഒരു പയ്യനുമൊത്ത് കയറിപ്പോവുന്നത് ശ്രദ്ധിച്ചു. ഐസ്ക്രീം പാർലറുകൾ, എക്സിബിഷൻ ഗ്രൗണ്ടുകൾ, പാർക്കിലെ വിജനമായ മരത്തണലുകൾ, സിനിമാശാലകൾ....അങ്ങനെ പലവേദികളും യുവത്വത്തെ സ്വീകരിക്കാനായി കൈകൾ തുറന്നുപിടിച്ചു.

മിസിസ് സുചിത്ര പവനൻ ഒരു മൈക്രോവേവ് ഓവൻ വാങ്ങിയതിനാണ് അടുത്തതായി ജെറാൾഡും ബ്രിജിത്തയും മെനുലിസ്റ്റ് തയാറാക്കിയത്.

"ഇതിനു ഞാൻ പാർട്ടി നടത്തില്ല" അവർ തറപ്പിച്ചു പറഞ്ഞു, "കാരണം എനിക്കിത് ഫ്രണ്ട് തന്ന ബർത്ഡേ ഗിഫ്റ്റാണ്. ഗിഫ്റ്റിന് ആരെങ്കിലും ഡിന്നർ സ്പോൺസർ ചെയ്യുമോ?"

"ഗിഫ്റ്റിനാണ് യഥാർഥത്തിൽ ഡിന്നർ വേണ്ടത് കാരണം, ഗിഫ്റ്റ് ചെയ്യപ്പെടാൻ മാത്രം ഒരു ഇംപോർട്ടന്റ് പേഴ്സണൽ ആയതുകൊണ്ടല്ലേ ആരെങ്കിലും ഗിഫ്റ്റ് ചെയ്യുന്നത്. അപ്പോൾ ആ വ്യക്തിത്വമാണ് സെലിബ്രേറ്റ് ചെയ്യപ്പെടേണ്ടത്."

ജെറാൾഡിന്റെ വാക്മിടുക്കിൽ അങ്ങനെ ഒരു ആഘോഷം കൂടി നടന്നു.

പിന്നീടും പലതുണ്ടായി ആഘോഷങ്ങൾ. നവനീതകൃഷ്ണൻ ബൈക്കു വാങ്ങിയതിന്, സിസ്ഡു കുക്കറി കോഴ്സ് പാസായതിന്, രമേശ് പൊതുവാൾ ജ്യോതിഷം പഠിക്കാൻ ചേർന്നതിന്...അങ്ങനെ... അങ്ങനെ..സരോജം ചെരിപ്പു വാങ്ങിയതിനുവരെ അവരെ വെറുതെ വിട്ടില്ല.

ജെറാൾഡും ബ്രിജിത്തയും മാത്രം സ്പോൺസർഷിപ്പിൽനിന്നും ഒഴിഞ്ഞു മാറുകയാണോ എന്ന് ചിലർ സന്ദേഹിച്ചു. കണക്കെടുത്തു നോക്കിയാൽ കഴിഞ്ഞ വർഷത്തിൽ ഒരു ആഘോഷംപോലും അവരുടെ ഭാഗത്തുനിന്നുണ്ടായില്ല. ഈ പന്ത്രണ്ട് മാസത്തിനിടെ അവർ പുതിയതായി ഒന്നും വാങ്ങിയിരിക്കില്ലേ? എല്ലാം സ്വകാര്യമായി കൊണ്ടു നടക്കാൻ കഴിവുള്ള ദമ്പതികളാണ് ജെറാൾഡും ബ്രിജിത്തയുമെന്ന് രാജേശ്വരിവർമ്മ കണ്ടെത്തി.

"ഇത്തരം കാര്യങ്ങളിൽ അവർ വളരെ ട്രെയിൻഡ് ആണെന്ന് തോന്നുന്നു...."

തമ്പാൻ കൂട്ടിച്ചേർത്തു.

"ആറാറ്മാസം കൂടുമ്പോള് അവരുടെ മകൾ മൊബൈൽ മാറ്റുന്നുണ്ട്. എത്ര സാരികളാണ് ബ്രിജിത്ത വാങ്ങിച്ചു കൂട്ടുന്നത്. ഇരു ചെവിയറിയാതെ സിങ്കപ്പൂർ മലേഷ്യ പാക്കേജ് ടൂർ കഴിഞ്ഞുവന്ന ആളാ ഈ ജെറാൾഡ്." കൃഷ്ണദാസ് ഒന്നു ശ്വാസംവിട്ടശേഷം തുടർന്നു: "അങ്ങനെ നോക്കുകയാണെങ്കിൽ അവർക്കു പാർട്ടി നടത്താൻ മാത്രമേ നേരമുള്ളൂ."

"ഇവർക്കിട്ട് ശരിക്കും ഒരു പണി പണിയണം."

താജ് ഉസ്മാന് അൽപ്പം കലി വന്നു.

"എങ്ങനെ പണിയും മാഷേ?"

കൃഷ്ണമൂർത്തിക്ക് ഇരിപ്പുമുട്ടി. അയാൾക്കു ചുറ്റുമിരുന്ന് മറ്റുള്ളവരും കാതു കൂർപ്പിച്ചു.

"ന്യൂ ഇയർ സെലിബ്രേഷൻ അടുത്തു വരികയല്ലേ. ഇക്കൊല്ലത്തെ പുതുവർഷ വിരുന്ന് ജെറാൾഡിന്റെ വകയെന്ന് നമ്മളെല്ലാവരുംകൂടി തീരുമാനിക്കുന്നു."

"എന്തിന്റെ അടിസ്ഥാനത്തിൽ എന്നുചോദിച്ചാൽ?"

"ഈ വർഷം ഒറ്റ പാർട്ടിപോലും സ്പോൺസർ ചെയ്യാത്ത ആളാണ് ജെറാൾഡ്. മറ്റെല്ലാവരും രണ്ടും മൂന്നും പാർട്ടികൾ നടത്തിക്കഴിഞ്ഞു. നമ്മൾ ഇവിടെ പിടിക്കണം."

"നടക്കുമോ?"

"നടത്തണം. വഴങ്ങുന്നില്ല എന്നു കണ്ടാൽ പുള്ളിയുടെ പാക്കേജ് ടൂറിൽ കയറിപ്പിടിക്കണം. ആ ട്രാവൽ ഏജന്റ് എന്റെ ഫ്രണ്ടാ. പ്രൂഫുണ്ടാക്കുന്നത് ഞാനേറ്റു."

ജെറാൾഡ് പക്ഷേ, പ്രതിരോധിച്ചില്ല. അപാർട്ട്മെന്റിലെ താമസക്കാർ എടുത്ത തീരുമാനം പൂർണ മനസാലേ ശരിവെച്ചു. ബഡ്ജറ്റും ഐറ്റംസും നിങ്ങൾതന്നെ തീരുമാനിച്ചോളൂ എന്ന് അവർക്ക് സ്വാതന്ത്ര്യവും നൽകി.

"ഇത്തവണ ഞാൻ കാഴ്ചക്കാരനായി കണ്ടു നിൽക്കാം."

ജെറാൾഡ് ഒറ്റവാക്കിൽ ഒതുക്കി.

പുതുവർഷ രാത്രിക്ക് മൂന്നുദിവസം മുമ്പ് പക്ഷേ, ജെറാൾഡും കുടുംബവും എങ്ങോട്ടോ യാത്ര പോയി. എങ്ങോട്ടാണെന്ന് ആരും അറിഞ്ഞില്ല. ആരോടും ഒന്നും പറഞ്ഞില്ല. ഒരു സൂചനാത്തെളിവുപോലും അവശേഷിപ്പിക്കാതെ അവരെങ്ങോട്ടോ യാത്ര പോയി.

"ജെറാൾഡ് വളരെ വിനയത്തോടെ പാർട്ടിക്ക് സമ്മതിച്ചപ്പോഴേ എനിക്ക് സംശയം തോന്നീതാ..." ബദറുദീൻ പറഞ്ഞു, "ലാസ്റ്റ് മിനിട്ടില് മുങ്ങിക്കളയുംന്ന്."

"മുങ്ങിയവരൊക്കെ ഒരു നാൾ പൊങ്ങും."

ഗോപകുമാർ അർഥംവെച്ചു സംസാരിക്കുന്നതുപോലെ തോന്നി.

"എന്തായാലും ജെറാൾഡ് മുങ്ങി എന്നുവെച്ച് നമ്മൾ പാർട്ടി നിർത്തണ്ട" പ്രദീപ് എസ് നായർ പറഞ്ഞു, "അത് അതിന്റെ പാട്ടിനു നടക്കട്ടെ. ചെലവ് നമ്മളെല്ലാവരുംകൂടി അങ്ങ് ഷെയർ ചെയ്യുന്നു.."

പുതുവർഷം പിറക്കാൻ നിമിഷങ്ങൾ മാത്രം ബാക്കി നിൽക്കെ അപാർട്ട്മെന്റിനു മുന്നിൽ വന്നുനിന്ന കാറിൽനിന്നും ജെറാൾഡും ബ്രിജിത്തയും പുറത്തിറങ്ങി.

ഞാൻ 'മുങ്ങിയതല്ല' എന്ന മുഖവുരയോടെ ജെറാൾഡ് കയറി വന്നു. ജെറാൾഡിനു പിന്നിൽ കരഞ്ഞു കറപിടിച്ച കണ്ണുകളുമായി ബ്രിജിത്ത.

ജെന്നിയെ മാത്രം കണ്ടില്ല.

ജെന്നിയെ തേടിയാണ് മൂന്നുനാൾ മുൻപ് ഞങ്ങൾ യാത്ര പോയതെന്ന് ജെറാൾഡ് ആമുഖം പറഞ്ഞു. ഒരാഴ്ച മുൻപ് ട്യൂഷനെന്നും പറഞ്ഞുപോയ ജെന്നിയെ പെട്ടെന്ന് കാണാതാവുകയായിരുന്നു. അന്വേഷിച്ചപ്പോൾ ബന്ധുക്കളുടെയോ സുഹൃത്തുക്കളുടെയോ ഒന്നും വീട്ടിൽ എത്തിയിട്ടില്ല. ചോദിച്ചവരോടൊക്കെ അവർ സ്റ്റഡിടൂറിന് പോയതാണെന്നു പറഞ്ഞത് പൊളിയാണ്. ജെന്നി വളർന്നു വലുതായത് തന്റെ ശ്രദ്ധയിൽപ്പെടാതെ പോയെന്ന് ജെറാൾഡ് സ്വയം വിമർശിച്ചു. ഈ പോക്കിനു പിന്നിൽ പ്രേമത്തിന്റെ കെണിയുണ്ടെന്ന് ബ്രിജിത്ത ഉറപ്പിച്ചു. ആരാണ്, എന്താണ് എന്നു മാത്രം ഒരെത്തുംപിടിയും ഇല്ല.

മൂന്നുദിവസം മുൻപ് കന്യാകുമാരിക്കടുത്ത് കമിതാക്കൾ ട്രെയിനിനു മുന്നിൽ ചാടി ജീവനൊടുക്കി എന്നൊരു വാർത്തയും ഫോട്ടോയും പേപ്പറിൽ കണ്ടത് ഓർമയില്ലേ? ആ വാർത്തയുടെ ഉറവിടം തേടിയായിരുന്നു പെട്ടെന്നുള്ള യാത്ര. ജില്ലാ ആശുപത്രിയിൽ സൂക്ഷിച്ചിരുന്ന ജഡത്തിന്റെ മുഖം ഭയന്നു ഭയന്നാണ് നോക്കിയത്, അത് ജെന്നിയായിരിക്കരുതേ എന്ന പ്രാർഥനയോടെ.

ജെന്നിയല്ല എന്നുറപ്പായപ്പോൾ സമാധാനമായി. ഭൂമിയിൽ എവിടെയാണെങ്കിലും അവൾ സന്തോഷമായിരിക്കട്ടെയെന്ന് ജെറാൾഡ് കർത്താവിനോട് കണ്ണടച്ചു. എന്നാൽ അത് ജെന്നി തന്നെയെന്ന് ബ്രിജിത്ത തറപ്പിച്ചു പറഞ്ഞു. ജഡത്തിന്റെ ഇടത്തേ ചെവിക്കു പിന്നിൽ നീല നിറത്തിൽ ഒരു മാൻപുള്ളിയുണ്ട്. ആ പുള്ളി വേറെയും പെൺകുട്ടികൾക്കുണ്ടായിക്കൂടേയെന്ന് ജെറാൾഡ്. അമ്മമാർക്ക് അടയാളങ്ങൾ തെറ്റില്ലെന്ന് ബ്രിജിത്തയും.

ഇത് നമ്മുടെ മകളാണെന്ന ഉറപ്പിൽ ജഡമേറ്റുവാങ്ങാമെന്നു പറഞ്ഞു ബ്രിജിത്ത. അങ്ങനെ വിശ്വസിക്കാൻ താനിഷ്ടപ്പെടുന്നില്ലെന്ന് ജെറാൾഡ്. ഒരു തീരുമാനത്തിലുമെത്താതെ നിമിഷങ്ങൾ കടന്നുപോയി. അപ്പോഴേക്കും "എന്റെ പൊന്നുമോളേ" എന്ന് കരച്ചിൽ തുടങ്ങി ബ്രിജിത്ത.

"എന്തെങ്കിലും തീരുമാനിക്കൂ" എന്ന് അധികൃതർ തിടുക്കം കൂട്ടിയപ്പോൾ "എങ്കിൽ എല്ലാം തീരുമാനിച്ചോളൂ" എന്ന് ജെറാൾഡ് ചിരിക്കാൻ തുടങ്ങി. പിന്നീട് അത് പൊട്ടിച്ചിരിയായി. ബ്രിജിത്തയാകട്ടെ, കരച്ചിലടക്കാൻ പാടുപെടുകയും.

പുതുവർഷവിരുന്ന് ആസ്വദിക്കുന്ന അപാർട്ട്മെന്റിലെ താമസക്കരോടായി ജെറാൾഡ് ചോദിച്ചു:

"നിങ്ങൾക്കെല്ലാവർക്കും ജെന്നിയെ നന്നായിട്ടറിയുന്നതല്ലേ? നിങ്ങൾ പറ അത് എന്റെ ജെന്നിമോളാണോ? ങേ...എന്റെ ജെന്നിക്കുഞ്ഞാണോ അത്?"

രാഹു

സ്വപ്നം കണ്ടു എന്നാണാദ്യം പറഞ്ഞത്. പിന്നെ നേരിൽ കണ്ടുവത്രേ, കാലത്ത് മുറ്റമടിക്കാൻ ചെന്നപ്പോൾ, നിലവിളികേട്ട് ഓടി വരുമ്പോഴേക്കും എങ്ങോ ഇഴഞ്ഞുപോയെന്ന്, സ്വപ്നത്തിലും സത്യത്തിലും ഊക്കൻ ഫണമായിരുന്നു എന്നാണ് ഭാഷ്യം.

"നീയെന്താ പറഞ്ഞുവരുന്നത്?"

"പണ്ട് ജ്യോത്സ്യൻ സൂചിപ്പിച്ച ദോഷങ്ങൾ..."

"എന്തു ദോഷം?"

"രാഹൂന്റെ..."

വിവാഹം കഴിഞ്ഞ് ഒമ്പതു വർഷമായി. ഒരു കുഞ്ഞിന്റെ സാന്നിധ്യം ആരുടെയും എന്നതുപോലെ അവരുടെയും മോഹമായിരുന്നു. വൈദ്യ ചികിത്സകൾ പരാജയപ്പെട്ടപ്പോൾ ജ്യോത്സ്യനെ ജാതകം കാണിച്ചു.

"അഞ്ചിൽ രാഹു കോപിച്ചു നിൽക്ക്വാണ്..." ജ്യോത്സ്യൻ കണ്ണട ശരിയാക്കി, "അഞ്ച്ച്ചാൽ പുത്രസ്ഥാനം... രാഹൂന് അത്, ഇഷ്ടഭാവല്ല,"

"കോപിച്ചുനിൽക്കുന്നു എന്നുവച്ചാൽ?"

വരദൻ സംശയം ചോദിച്ചപ്പോൾ ജ്യോത്സ്യൻ വിസ്തരിച്ചു.

"ശത്രുക്ഷേത്രത്തിൽ നിൽക്കുന്നു എന്നർഥം...ശത്രൂനെക്കണ്ടാൽ നമുക്ക് കോപല്ലേണ്ടാവ്വാ?"

"ആട്ടെ... ഇതിനെന്താ ഒരു പോംവഴി?"

അംബികയ്ക്ക് അതാണറിയേണ്ടിയിരുന്നത്.

"സർപ്പപ്രീതിയന്നെ..." ജ്യോത്സ്യൻ തന്റെ കുറിപ്പു പുസ്തക മെടുത്ത് എഴുതാൻ തുടങ്ങി, "ഏതെങ്കിലും സർപ്പക്ഷേത്രത്തിൽ ജാതക യുടെ പേരും നാളും പറഞ്ഞ് നൂറും പാലും കഴിക്ക്യാ... എല്ലാ മാസോം ...നോക്കാം... ശരിയായില്ലെങ്കിൽ കുറേക്കൂടി വല്ല്യ പരിഹാരങ്ങളുണ്ട്,

അതാവാം..."

ജ്യോത്സ്യൻ പിന്നെ അൽപ്പം ശാസ്ത്രം വിവരിച്ചു. പോയ ജന്മത്തിൽ പാമ്പുകളെ ഹിംസിക്കുക, പാമ്പിൻപുറ്റ് നശിപ്പിക്കുക, സർപ്പക്കാവുകളിൽ മലമൂത്ര വിസർജനം നടത്തുക എന്നിങ്ങനെ ഹീനകൃത്യങ്ങൾ ചെയ്തവരുടെ ജാതകത്തിലാണ് രാഹു അനിഷ്ടസ്ഥാനങ്ങളിൽ അവതരിച്ച് ബുദ്ധിമുട്ടുകളുണ്ടാക്കുന്നത്. പോയ ജന്മത്തിന്റെ തുടർച്ചയാണല്ലോ ഈ ജന്മം. അതിനാൽ, സർപ്പത്തിന് പ്രീതി ചെയ്യുകവഴി പോയ ജന്മത്തിൽ അവറ്റകളോട് ചെയ്ത പാപങ്ങൾക്ക് പ്രായശ്ചിത്തം വരുത്തുക.. ഒരുതരം കുറ്റസമ്മതം.... കുമ്പസാരം...

വീട്ടിലേക്ക് തിരിക്കുമ്പോൾ അംബിക പറഞ്ഞു: " നല്ല വിവരമുള്ള ആള്. അല്ലേ?"

വരദൻ മറുപടിയൊന്നും പറഞ്ഞില്ല. എളുപ്പത്തിൽ എത്താവുന്ന സർപ്പക്ഷേത്രങ്ങൾ തിരയുകയായിരുന്നു മനസിൽ. അവസാനം മണ്ണാർശാല അഭയമായി.

ഇതെല്ലാം കഴിഞ്ഞിട്ടിപ്പോൾ വർഷങ്ങൾ പലതായി. ഇതിനിടെ ജീവിതത്തിൽ ഒരുപാട് മാറ്റങ്ങൾ സംഭവിച്ചു. കമ്പനി സ്വയംപിരിഞ്ഞുപോക്ക് നയം പ്രഖ്യാപിച്ചപ്പോൾ അത് സ്വീകരിച്ച് സ്വസ്ഥനായി. എവിടെ വീട് വെക്കണം എന്ന കാര്യത്തിൽ തർക്കമുണ്ടായപ്പോൾ നാട്ടിലെ ചൂട് കണക്കിലെടുത്ത് അവിടെ വേണ്ടെന്നു വെക്കുകയും അയൽസംസ്ഥാനത്തെ പ്രശാന്തമായ ഗ്രാമത്തിൽ വീടുപണിയുകയും ചെയ്തു.

നഗരത്തിരക്കുകൾ അനുഭവപ്പെടാത്ത പ്രദേശം. ചുറ്റും മലനിരകൾ ....സന്ധ്യയായാൽ എവിടെനിന്നോ എത്തുന്ന മാസ്മര തണുപ്പ് .....വിസ്തൃതമായ സ്ഥലത്ത് വീടുകൾ ഒറ്റപ്പെട്ടു നിൽക്കുന്നതിനാൽ ധാരാളം വായുസഞ്ചാരമുള്ള ഭൂമി. ശിരുവാണിയും ആളിയാറും തരുന്ന ക്ഷാമമില്ലാത്ത ജലസമ്പുഷ്ടത....

"പെൻഷനേഴ്സ് പാരഡൈസ്..."

സത്യം...സത്യം അതാണെന്ന് താമസം ആരംഭിച്ചപ്പോൾ മനസിലായി. വിശ്രമജീവിതം വേണ്ടവർക്ക് ശരിക്കും ഒരു സ്വർഗഭൂമി. ഈ ജീവിതത്തിന് വേണ്ടിത്തന്നെയാണ് ഇതുപോലൊരു സ്ഥലം തെരഞ്ഞെടുത്തത്. അനുഭവംകൊണ്ട് ഈ സ്ഥലം നിർദേശിച്ചത് സുഹൃത്തുക്കളായിരുന്നു.

"ദൈവം അനുഗ്രഹിച്ച് ഒരു കുഞ്ഞുംകൂടി..."

അംബിക കണ്ണു തുടച്ചു. മാതൃത്വത്തിന്റെ വേവലാതി ആ കണ്ണുകളിൽ കാണാമായിരുന്നു.

"ഓരോന്നിനും ഓരോ സമയംണ്ട്...."

വരദൻ അവളെ സാന്ത്വനിപ്പിക്കാൻ ശ്രമിച്ചു. "ദൈവം നമ്മളെ കൈവിടില്ല...."

ആ തലോടലിൽ അംബിക മയങ്ങി.

നേരം പാതിരയായിട്ടും വരദന് ഉറക്കം വന്നില്ല. സാധാരണ കിടന്നാ

ലുടൻ ഉറങ്ങുക പതിവാണ്. ഉറക്കത്തിന് തടസമാവുന്നത് കുറച്ചപ്പുറത്തെ പ്ലോട്ടിൽ 'ബോർ' കുഴിക്കുന്ന മെഷീന്റെ ശബ്ദമാണെന്ന് പോകപ്പോകെ ബോധ്യമായി. താമസം തുടങ്ങിയ കാലത്ത് അപൂർവമായി മാത്രമേ ഈ യന്ത്രത്തിന്റെ ശബ്ദം കേൾക്കുമായിരുന്നുള്ളൂ. രാത്രി മുഴുവൻ അത് അലറിക്കൊണ്ടിരിക്കും. ഈയിടെയായി തുടരെത്തുടരെയുള്ള ഈ അലർച്ച സൈ്വരം കെടുത്തുന്നു.

നേരത്തേ ദിവസവും രണ്ടു മണിക്കൂർ ശിരുവാണി വെള്ളം വന്നിരുന്നു. ഇപ്പോൾ ആഴ്ചയിൽ രണ്ടുതവണയാണ് വരുന്നത്. തീരെ ഇല്ലാതാവുമ്പോൾ നാൽപ്പതുരൂപ കൊടുത്താൽ ഇരുപതു ലിറ്ററിന്റെ കാൻ കിട്ടും. കുടിക്കാനും ഭക്ഷണപാചകത്തിനും ഉപയോഗിച്ചാൽ നാലഞ്ചു ദിവസത്തേക്ക് അത് മതിയാവും. കാലാന്തരത്തിൽ ജലക്ഷാമം ഈ പ്രദേശത്തും രൂക്ഷമാവുമോ? ചില ദിക്കുകളിലെല്ലാം പൈസക്കാർക്ക് മാത്രം വാങ്ങാവുന്ന ഉൽപ്പന്നമാണ് ജലം എന്നാണ് കേൾക്കുന്നത്. തന്റെ കൈയിൽ അതിനുമാത്രം പൈസയുണ്ടോ?

നേരം വല്ലാതെ വൈകിയപ്പോൾ ഇനി ഉറങ്ങേണ്ടെന്നു വച്ചു. വെറുതെ കിടക്കാം. കുറച്ചുകൂടി കഴിഞ്ഞാൽ പ്രഭാതസവാരി തുടങ്ങാം. അംബിക എഴുന്നേറ്റ് തന്റെ പണികൾ ആരംഭിച്ചു. കിഴക്കൻ മാനത്ത് സൂര്യമുഖം വിടർന്ന ഏതോനിമിഷത്തിൽ മുറ്റത്ത് ഭീകരമായ അലർച്ച കേട്ടു. ചാടിയെഴുന്നേറ്റ് താഴെയെത്തുമ്പോൾ കൈയിൽ ചൂലുമായി വിറച്ചുകൊണ്ട് നിൽക്കുന്നു. എന്തുപറ്റിയെന്ന് കുലുക്കി വിളിച്ചപ്പോൾ ചൂല് താഴെയിട്ടു. ഭയപ്പാടിൽ സംസാരം നഷ്ടപ്പെട്ടവളെപ്പോലെ കണ്ണ് മുറ്റത്തേക്ക് നീട്ടി. മുറ്റത്ത് ഫണമുയർത്തി നിന്ന നാഗരാജാവ് ഫണം താഴ്ത്തി പതുക്കെ ഇഴഞ്ഞ് പുറത്തേക്ക്. നല്ല നീളവും വലിപ്പവും....

ഇവിടെ താമസം തുടങ്ങി ഇതാദ്യമാണ് വരദൻ ഒരു പാമ്പിനെ കാണുന്നത്. അതിന്റെ ഒരു ഭയം അയാളുടെ മുഖത്തും പ്രകടമായി.

"ഇനി സൂക്ഷിക്കണം..." വരദന്റെ ശബ്ദം വിറച്ചു, "അതിരാവിലെ യൊന്നും ഇനി മിറ്റമടിക്കണ്ട. തൊടിയിൽ പെരുമാറുമ്പഴും വേണം ജാഗ്രത...."

അംബിക അടുക്കളയിലേക്കു കടന്നപ്പോൾ വരദൻ ആലോചിച്ചു. തീരെ ജനസാന്ദ്രമല്ലാത്ത സ്വസ്ഥവും ശാന്തവുമായ ശീതപ്രദേശങ്ങളാണ് ഇഴജന്തുക്കൾക്കിഷ്ടം എന്നാണ് അറിവ്. അത്തരം സ്ഥലങ്ങൾ ധാരാളം ഉണ്ടെന്നിരിക്കെ അതെല്ലാം വെടിഞ്ഞ് അവ ജനസാന്നിധ്യങ്ങളിലേക്ക് വരുന്നതെന്തിന്? ആളുകളെ ഇങ്ങനെ ഭയപ്പെടുത്തുന്നതെന്തിന്?

പ്രാതൽ വിളമ്പുമ്പോൾ അംബിക ചോദിച്ചു:

"നമുക്ക് ഒന്ന് ജ്യോത്സ്യനെ കണ്ടാലോ?"

"ങും...?"

"സർപ്പകോപം അധികമായിട്ടുണ്ടോന്നറിയാൻ.....നമ്മൾ നടത്തിയ വഴിപാടുകൾ ഫലിച്ചിട്ടുണ്ടോ എന്നു നോക്കാൻ..."

പഴയ കുറിപ്പുകൾ വായിച്ചശേഷം ജ്യോത്സ്യൻ പറഞ്ഞു: "നമുക്കൊന്നു

പ്രശ്നംവെച്ചു നോക്കാം...സർപ്പബാധയുണ്ടെങ്കിലോ?"

അംബികയുടെ മുഖത്ത് ഒരു ഭയം ആളി.

ജ്യോത്സ്യൻ ധ്യാനനായി.

മന്ത്രോച്ചാരണത്തിൽ ചോകികൾ കൂട്ടിമുട്ടി. താളാത്മകമായി ഉഴിഞ്ഞ് അതിൽനിന്ന് ഒരുപിടി വാരിയെടുത്ത് ആരൂഢം തിട്ടപ്പെടുത്തിയശേഷം പറഞ്ഞു: "വ്യാഴം ബാധകാധിപനായി ആരൂഢത്തിന്റെ പന്ത്രണ്ടിൽ വന്നു.... രാഹു ബാധാസ്ഥാനത്തും. നല്ല സർപ്പബാധയുണ്ട്..."

ഈശ്വരാ എന്ന് അംബിക കൈകൂപ്പി. വരദനും ചെറുതായൊന്നു ഭയന്നു.

"സർപ്പബലി കഴിക്കണം" ജ്യോത്സ്യൻ കുറിപ്പെഴുതി: "വല്യ വഴിപാടാണ്..."

മടങ്ങുമ്പോൾ വിചാരിച്ചു. അറിഞ്ഞോ അറിയാതെയോ ഇതുവരെ ഒരു പാമ്പിനെ ദ്രോഹിച്ചിട്ടില്ല. കുട്ടിക്കാലത്തിന്റെ വിനോദങ്ങളിൽപ്പോലും ഒരു കല്ലെടുത്തെറിഞ്ഞിട്ടില്ല. പോയ ജന്മത്തിൽ ഏതോ ആത്മാവ് ചെയ്ത അപരാധത്തിന് അതിന്റെ തുടർച്ചക്കാരനായ താൻ ശിക്ഷ അനുഭവിക്കുന്നുവെന്ന് ജ്യോതിശാസ്ത്രം പറയുന്നു. ജാതകം പരിശോധിച്ചപ്പോഴും പ്രശ്നം വെച്ചപ്പോഴും ഈ സത്യം പ്രകടമായി. അനുഭവവും മറിച്ചല്ല.

വിറയുന്ന ചുണ്ടിൽ അംബിക പതുക്കെ ചൊല്ലുന്നുണ്ടായിരുന്നു:

"അരധകായം മഹാവീര്യം
ചന്ദ്രാദിത്യ വിമർദനം
സിംഹികാ ഗർഭസംഭൂതം
തം രാഹും പ്രണമാമ്യഹം..."

സർപ്പബലിയുടെ ചെലവുകളെക്കുറിച്ചും ഏതു ക്ഷേത്രത്തിൽ ഏൽപ്പിക്കണമെന്നും മറ്റുമുള്ള കാര്യങ്ങൾ ആലോചിച്ചുവന്നതിനാൽ വീടിനു സമീപം എത്തിയതറിഞ്ഞില്ല. വീട്ടിലേക്ക് തിരിയുന്നിടത്ത് പ്രധാനപാതയുടെ നടുക്ക് ചെറിയൊരു ആൾക്കൂട്ടം കണ്ടു. പുതുതായി വരുന്ന ഒരു ടൗൺഷിപ്പിലേക്ക് ടെലിഫോൺ കണക്ഷനുവേണ്ടി കുഴിയെടുക്കുകയാണ് പണിക്കാർ. പോവുമ്പോൾ വിജനമായ റോഡായിരുന്നു. നൊടിനേരത്തിൽ ആൾക്കൂട്ടം രൂപപ്പെടുകയും നിരത്ത് കീറിമുറിക്കപ്പെടുകയും ചെയ്തിരിക്കുന്നു.

"നീങ്ക അന്ത വഴിയാ പോങ്ക സാർ..."

വീട്ടിലെത്താൻ വേറൊരു വഴിയുണ്ട്. അതിലൂടെ പോവുമ്പോൾ വിചാരിച്ചു. ഒരു മഴയുംകൂടി പെയ്താൽ ഈ റോഡ് ഇനി ചേറിന്റെ സമുദ്രംതന്നെ.

വീട്ടിലെത്തി വസ്ത്രം മാറ്റി ഉമ്മറത്ത് വന്നപ്പോൾ വേറെയും ആൾക്കൂട്ടങ്ങൾ അവിടവിടെ കുഴിയെടുക്കുന്നതു കണ്ടു. മാനത്തേക്ക് കൈകൂപ്പി നിൽക്കുന്ന പാമ്പിൻപുറ്റുകൾ. കൈക്കോട്ടുകളാൽ അവ തട്ടിമാറ്റപ്പെടുന്നു. പ്രാണനും കൊണ്ടോടുന്ന നാഗദൈവങ്ങളെ വരദൻ കണ്ടില്ല. മനസിൽ എണ്ണി. ഇവറ്റകളുടെ ശാപം ഈ പണിക്കാർക്കും

അവരുടെ ആത്മാവിന്റെ തുടർച്ചക്കാർക്കും അവകാശപ്പെട്ടതല്ലേ?

ഉച്ചയ്ക്ക് മുഴുവൻ അലച്ചിലായതിനാൽ അംബിക നേരത്തേ ഉറങ്ങി. വരദന് ഉറക്കം വന്നില്ല. കിടപ്പുമുറിയോട് ചേർന്നുള്ള ബാൽക്കണിയിൽ ഇരുന്നപ്പോൾ തൊട്ടടുത്ത് പുതുതായി ആരംഭിച്ച ഒരു റസിഡൻഷ്യൽ കോളനിയിൽ രണ്ടുമൂന്ന് ബോർ മെഷീൻ വണ്ടികൾ വന്നു നിൽക്കുന്നതു കണ്ടു. വെള്ളം കിട്ടുന്ന സ്ഥലം നേരത്തേ തിട്ടപ്പെടുത്തിയതനുസരിച്ച് അവർ പണി ആരംഭിക്കാൻ പോകുന്നു. അതിന്റെ സന്നാഹങ്ങൾ. മുറവിളികൾ. മറ്റൊരിടത്ത് നാളെ ഗൃഹപ്രവേശമാണെന്നു തോന്നുന്നു. ആളുകൾ തകൃതിയിൽ വീടൊരുക്കുന്ന തിരക്കിൽ. പെട്ടെന്ന് രാത്രി പകലായതുപോലെ തോന്നി.

തെക്കുവശത്ത് കൈകോർത്തു നിൽക്കുന്ന മലനിരകൾക്കു താഴെ അഞ്ചാറ് ജെ സി ബി വണ്ടികൾ പ്രവർത്തിക്കുന്നതു കണ്ടു. അവയുടെ ഭീമമായ പ്രകാശത്തിൽ കണ്ണു മഞ്ഞളിച്ചു.

ഈ മലയടിവാരത്തിലാവണം ദുബൈയിലെ ഒരു ഷെയ്ക്ക് തുടങ്ങാനുദ്ദേശിക്കുന്ന ഇന്റർനാഷണൽ ടൗൺഷിപ്പ്. അതിനെക്കുറിച്ച് ഇപ്പോൾ ധാരാളം പറഞ്ഞുകേൾക്കുന്നു. ഒരു ഗോൾഫ് ക്ലബ്, അതിനെ ചുറ്റി വൃത്താകൃതിയിൽ വില്ലകൾ, അന്തർദേശീയ നിലവാരത്തിൽ ക്രിക്കറ്റ് ഗ്രൗണ്ട്, നാലു കോളേജുകൾ, പഞ്ചനക്ഷത്രഹോട്ടൽ, മൾട്ടിസ്പെഷ്യാലിറ്റി ആശുപത്രി, യോഗസെന്റർ...ആയിരം ഏക്കറിൽ 15 വർഷംകൊണ്ട് പൂർത്തിയാവുന്ന പദ്ധതിയുടെ മൊത്തം ചെലവ് അയ്യായിരം കോടിയാണത്രെ.

"ഇതെല്ലാം വന്നുകഴിഞ്ഞാൽ ഇവിടെ സെന്റിന് അഞ്ചുലക്ഷം രൂപയെങ്കിലുമാവും" സുന്ദരേശൻ പറഞ്ഞു.

"ചുരുക്കത്തിൽ നാമെല്ലാം കോടീശ്വരൻമാരാകാൻ പോകുന്നു...."

വരദന് അതിൽ അത്ര സന്തോഷം തോന്നിയില്ല. നഗരത്തിന്റെ തിരക്കുകൾ ബാധിക്കാത്ത സ്ഥലം എന്നതായിരുന്നു ഇവിടെ വീടു വയ്ക്കാനുള്ള ആകർഷണം. ആരെയും മോഹിപ്പിക്കുന്ന തണുപ്പും നിശ്ശബ്ദതയും... വരുംകാലത്ത് ഇതെല്ലാം നഷ്ടപ്പെടുമോ എന്ന് അയാൾ ഭയപ്പെട്ടു.

ബാൽക്കണിയിലെ അസ്വസ്ഥമായ ആ ഇരിപ്പിൽ കാലിൽ എന്തോ അരിച്ചു കയറുന്നതുപോലെ തോന്നി. വലിയൊരു എട്ടുകാലിയാണ്. വരദൻ നിലവിളിച്ചുപോയി. കൈകൊണ്ട് അതിനെ തട്ടിമാറ്റി ചെയറിൽ നിന്ന് ചാടിയെഴുന്നേറ്റതും കിടപ്പുമുറിയിൽ അംബികയും നിലവിളിച്ചു. ഒരു പഴുതാര കാലിൽക്കൂടി കയറി അടിവയറ്റിൽ എത്തിയിരിക്കുന്നു. അത് അരിച്ച ഭാഗത്ത് ചൊറിച്ചിലും തടിപ്പും. വരദനും അംബികയും അന്ധാളിപ്പിൽ എന്തുചെയ്യണമെന്നറിയാതെ പകച്ചു. അപ്പോഴേക്കും വരദന് അടിവയർ കനത്തു. ബാത്ത്റൂം കതകു തുറന്നപ്പോൾ സാമാന്യം വലിയ ഒരു കരിന്തേൾ ക്ലോസറ്റിന്റെ ഇരിപ്പിടത്തിൽ.

വരദൻ നിന്ന ദിക്കിൽ മൂത്രമൊഴിച്ചു.

മുഖം തുടച്ച് പുറത്തു വന്നപ്പോൾ മൂത്രമൊഴിക്കാനുള്ള ധൃതിയിലാണ് അംബികയും.

വരദൻ പറഞ്ഞു: “നാളെ മുറ്റമടിക്കാൻ ചെല്ലുമ്പോൾ ഇനിയും പാമ്പുകൾ കാണും. ഒരുപക്ഷേ, ഒരു നാഗസമൂഹം തന്നെയുണ്ടാവാം....”

അയാൾ ഒന്നു നിർത്തി.

“ജ്യോത്സ്യനെ കാണണം. രാഹുദോഷാണ് എന്നൊന്നും പറഞ്ഞേക്കരുത്...”

ജലയന്ത്രങ്ങളുടെയും ജെ സി ബികളുടെയും കഠോരമായ മുഴക്കങ്ങൾക്കിടയിൽ വരദൻ പറഞ്ഞത് അംബിക കേട്ടില്ല.

സൂര്യനും ചന്ദ്രനുംപോലെ

ബസ് നിന്നപ്പോൾ ഓർമകളും നിന്നു. നേരം പതിനൊന്നായിരുന്നു. ഒരുമണിക്കുള്ളിൽ കോഴിക്കോട്ടെത്തുകയും ഉടനെ ബസ് കിട്ടുകയും ചെയ്താൽ മൂന്നു മണിക്കെങ്കിലും കണ്ണൂരെത്താം. മൂന്നരയ്ക്കാണ് കണ്ണൂരിൽ ഓഖ എക്സ്പ്രസ് വരുന്നത്. പ്രയാസംകൂടാതെ ശോഭയെ കണ്ടുപിടിക്കാൻ കഴിഞ്ഞാൽ കോഴിക്കോടുവരെ ഒരുമിച്ചു യാത്ര.

കൽപ്പറ്റയെത്തണമെങ്കിൽ ശോഭയ്ക്ക് പിന്നെയും രണ്ടു മണിക്കൂർ യാത്ര വരും.

ഓഖ എക്സ്പ്രസിൽ ശോഭ വരുന്ന വിവരം ശേഖരിച്ചു തന്നത് ക്ലാരയാണ്. ശോഭയുടെ ഒരടുത്ത ബന്ധുവിന്റെ മരണം പത്രത്തിൽ കണ്ടപ്പോൾ ക്ലാര പറഞ്ഞു:

"ചിലപ്പോൾ ശോഭ വരുമായിരിക്കും."

ബന്ധുവിന്റെ മരണം എല്ലാവരും പ്രതീക്ഷിച്ചിരുന്നതുപോലെ സാധാരണവും വൃദ്ധസഹജവുമാകയാൽ കുട്ടികളുടെ സ്കൂളും മറ്റും മുടക്കി ഇത്ര ദൂരം യാത്ര ചെയ്തു വരുമോ എന്നതായിരുന്നു ജയദേവന്റെ സന്ദേഹം.

ക്ലാരതന്നെ എല്ലാറ്റിനും മുൻകൈയെടുത്തു. ശോഭയുടെ കൽപ്പറ്റയിലെ വീട്ടു നമ്പർ അവിടത്തെ ടെലഫോൺ എക്സ്ചേഞ്ചുമായി ബന്ധപ്പെട്ടപ്പോൾ കിട്ടി. ഒരു കൂട്ടുകാരി എന്ന പേരിൽ ഓഖയിലെ നമ്പർ അവിടെനിന്നും തരപ്പെടുത്തി. അങ്ങോട്ടു വിളിച്ചപ്പോൾ ശോഭ നാട്ടിലേക്ക് പുറപ്പെട്ടിരിക്കുന്നുവെന്നും ഓഖ എക്സ്പ്രസിലാണ് വരുന്നതെന്നും ഭർത്താവ് പറഞ്ഞു.

ജയദേവൻ എന്തെങ്കിലും പ്രശ്നങ്ങളുണ്ടാക്കുമോ എന്നു ഭയന്നാണ് വീട്ടുകാർ ശോഭയെ ഓഖയിലേക്ക് വിവാഹം കഴിച്ചയച്ചത്.

ഗുജറാത്തിന്റെ പടിഞ്ഞാറെ അറ്റത്ത് പാകിസ്ഥാൻ അതിർത്തിയിൽ ഒരു ചെറിയ പട്ടണം–ഓഖ.

ഒരു കാരണവശാലും ജയദേവൻ ശോഭയെ കാണരുതെന്നും പ്രണയകാലത്ത് അവളെഴുതിയ കത്തുകൾ ഭർത്താവിന് കൈമാററുതെന്നും വീട്ടുകാർ വിചാരിച്ചു.

"ചോദിക്കട്ടെ.....ഇത്രയും കാലമില്ലാതെ ഇപ്പോൾ പെട്ടെന്നു ശോഭയെ കാണണമെന്നു തോന്നാൻ കാരണം?"

ക്ലാരയുടെ നിഷ്കളങ്കതയ്ക്കുമുന്നിൽ ആരും തോറ്റുപോവും.

"ഒരു കാരണവുമില്ല ക്ലാര...വെറുതെ..."

"എന്തോ ഉണ്ട്. എന്നോട് പറയില്ലേ?" ക്ലാര കുഞ്ഞുകുട്ടിയായി.

"നിന്നോടല്ലാതെ മറ്റാരോടാണ് ഞാൻ പറയുക? ബിലീവ് മി..."

ബസ് മലപ്പുറത്തെത്തിയപ്പോൾ വീണ്ടും വാച്ചു നോക്കി. ഉദ്ദേശിച്ച സമയത്തുതന്നെ ബസ് എത്തേണ്ട ദിക്കുകൾ എത്തുന്നുണ്ട്. വഴിയപകടങ്ങളോ യന്ത്രത്തകരാറുകളോ ഇല്ലാതിരുന്നാൽ എല്ലാം ഉദ്ദേശിച്ചപോലെ നടക്കും.

വീട്ടിൽനിന്നും ഇറങ്ങുമ്പോൾ ക്ലാര പറഞ്ഞു:

"ബസ് സപ്പോസ് ലേറ്റായാൽ കോഴിക്കോട്ടുനിന്ന് ടാക്സിയെടുത്തോളൂ. ഇത്ര ദൂരം മിനക്കെട്ടു ചെന്നിട്ടു കാണാതെ വരണ്ടല്ലോ."

കാണണമെന്ന് ഒരിക്കലും വിചാരിച്ചതല്ല. ഇരുപത്തൊന്നു വർഷം മുമ്പ് ശോഭ മറ്റൊരാളോടൊപ്പം ഇറങ്ങിത്തിരിച്ചപ്പോൾ കോളേജ് മുഴുവൻ അറിയപ്പെട്ടിരുന്ന പ്രേമനാടകത്തിന് തിരശ്ശീല വീണു. ഒമ്പതും പത്തും പേജുള്ള കത്തുകൾ, പലപ്രായത്തിൽ എടുത്ത ഫോട്ടോകൾ, പിറന്നാൾ സമ്മാനങ്ങൾ. എല്ലാം സംസ്കരിക്കാനായി വീട്ടുവളപ്പിൽ വലിയൊരു കുഴിയെടുത്തു. ഓർമയ്ക്കായി ഒന്നും കരുതി വെച്ചില്ല. സത്യത്തിൽ ഒരിക്കലും മറക്കാൻ കഴിയാത്ത ഒരുപാട് രേഖകൾ ശോഭയുമായുള്ള പരിചയത്തിൽ അവശേഷിച്ചിരുന്നു.

കഴുത്തിൽ ഇടതുഭാഗത്ത് പാലുണ്ണിയിൽ തൊട്ടുകൊണ്ട് ഒരിക്കൽ ചോദിച്ചു.

"ഇത് ഇറിട്ടേഷനല്ലേ ജയേട്ടന്?"

"പക്ഷേ, എന്തു ചെയ്യും?"

"ഞാനൊരു കൈ നോക്കട്ടെ."

തഴച്ചുകിടക്കുന്ന തലമുടിയുടെ ഒരിഴ പൊട്ടിച്ചെടുത്തു ശോഭ. ആരും കാണാതെ പാലുണ്ണിയിൽ മുറുക്കിക്കെട്ടി. രണ്ടുമൂന്ന് ദിവസത്തിനകം കഴുത്തിന്റെ പ്രതലത്തിൽനിന്നും ഉണ്ണി വേർപെട്ടു. കൃഷ്ണതുളസിയുടെ ഗന്ധമുള്ള ആ മുടിത്തുമ്പ് ജയദേവൻ വിക്സ് ഡപ്പിയിൽ സൂക്ഷിച്ചു. വീട്ടുവളപ്പിലെ സമാധിയിൽ പവിത്രമെന്നു കരുതിയ ആ മുടിയിഴയും അകപ്പെട്ടു.

മുൻസീറ്റിലിരിക്കുന്ന ഒരു സ്ത്രീ ഛർദിച്ചപ്പോൾ അതു മുഖത്തു തട്ടിയ യാത്രക്കാരൻ വലിയ ഒച്ചപ്പാടുണ്ടാക്കി. ഇരിപ്പിടത്തിൽനിന്നും

എഴുന്നേറ്റ അയാൾ മുഖം കഴുകാനായി ബസ് നിർത്തണമെന്നാവശ്യപ്പെട്ടു. മുഖം വൃത്തിയാക്കാനും ഛർദിച്ച സ്ത്രീയെ പിൻസീറ്റിലാക്കാനും മറ്റുമായി ബസ് നിർത്തിയപ്പോൾ ജയദേവന്റെ ആധി ഇരട്ടിച്ചു. എന്തെങ്കിലും കാരണവശാൽ ബസ് കോഴിക്കോട്ടെത്താൻ വൈകിയാൽ കണ്ണൂരുവരെ ടാക്സിക്കു കൊടുക്കേണ്ട പൈസ കരുതിയിട്ടുണ്ട്. ടാക്സിയുടെ വേഗത്തെ തോൽപ്പിക്കുന്ന വേഗത്തിലാണ് ഓഖ എക്സ്പ്രസ് വരുന്നതെങ്കിൽ? താനെത്തുമ്പോഴേക്കും ഓഖ കണ്ണൂരിൽ നിന്നും പുറപ്പെട്ടിരുന്നെങ്കിൽ?

ഒന്നും സംഭവിക്കില്ല. കാറ്റു വീശുകയും പക്ഷികൾ പറക്കുകയും ചെയ്യും. ഭൂമിയിലെ സകല ചരാചരങ്ങളും താന്താങ്ങളുടെ പ്രവൃത്തിയിൽ വ്യാപൃതരാവും. ശോഭയെ കാണാൻ കഴിയാതെ താൻ തിരിച്ചു വരും. അല്ലാതൊന്നും സംഭവിക്കില്ല.

"അവസാനമായി കണ്ടത് എപ്പോഴാണ്?"

ക്ലാരയിലെ കുസൃതിക്ക് ആ പ്രേമകഥയുടെ വള്ളിപുള്ളികളത്രയും അറിയണം.

ഹോസ്റ്റലിലെ വാർഡൻ കത്തു പിടിച്ചെന്നും പ്രിൻസിപ്പാൾക്ക് കൈമാറിയെന്നും അറിയിച്ചുകൊണ്ടുള്ള ശോഭയുടെ കത്തു വന്ന പിറ്റേന്നാണ്. തീ പിടിച്ച മനസുമായി ഹോസ്റ്റലിലെത്തി. ആകെ കിട്ടിയത് ഒരുനിമിഷം. ഭീതിയും അനിശ്ചിതത്വവും ഇഴകലർന്ന ശബ്ദത്തിൽ ശോഭ പറഞ്ഞത് ഇപ്പോഴും ഓർമയുണ്ട്.

"എന്തു പ്രശ്നം വേണമെങ്കിലും വരട്ടെ. എനിക്കൊരു ജീവിതമുണ്ടെങ്കിൽ അത് ജയേട്ടന്റെകൂടെ മാത്രമായിരിക്കും. സത്യം..... സത്യം....സത്യം...."

സമാധാനം തോന്നിയെങ്കിലും രാത്രികാല ഉറക്കം വിദൂരത്തു മാറിനിന്നു. ശത്രുവിനെപ്പോലെ കണ്ണുരുട്ടി. മുൻപുണ്ടായിട്ടില്ലാത്ത ഒരു ഭയം പതുക്കെ ഉള്ളു ചുരന്നു. ഭയം അസ്ഥാനത്തായില്ല. രണ്ടാഴ്ച കഴിഞ്ഞപ്പോൾ ശോഭയുടെ കത്തു വന്നു.

"എന്നെ മറക്കണം. എന്നോട് പൊറുക്കണം."

കാരണങ്ങളൊന്നും കാണിച്ചിട്ടില്ല. രണ്ടുവരി മാത്രം. ജീവിതം കീഴ്മേൽ മറിയുന്നതുപോലെ തോന്നി. വീട്ടുകാരുടെ വിരോധമായിരിക്കുമെന്ന് ഏകദേശ ധാരണയിൽ നിരൂപിച്ചു. സ്വന്തമായി ജോലിയില്ലാത്ത, തറവാട്ടുമഹിമയെങ്കിലുമില്ലാത്ത ഒരാൾക്ക് എങ്ങനെ മകളെ കൊടുക്കും? ശോഭയുടെ അച്ഛൻ ജാതക വിശ്വാസിയായതിനാൽ ചേർച്ചക്കുറവും ഹേതുവായിരുന്നിരിക്കാം.

പ്രണയദിവസങ്ങളിൽ ഒരിക്കൽ ചേർച്ചയറിയാൻ ഒത്തുനോക്കിയപ്പോൾ ജ്യോതിഷി പറഞ്ഞു:

"ഗ്രഹസ്ഥിതി ചിന്തിച്ചാൽ ഈ ജാതകങ്ങൾ ഒന്നാകാൻ പാടുള്ളതല്ല. പാപസാമ്യമില്ല. കൂട്ടുദശയുണ്ടുതാനും. നക്ഷത്രങ്ങളോ അനുജന്മവും."

അനിയത്തിയുടെ ജാതകം എന്നൊരു പൊളി പറഞ്ഞാണ് ജ്യോതിഷിയെ സമീപിച്ചിരുന്നത്. മുഖത്തെ ഭാവമാറ്റം കണ്ട് അദ്ദേഹം പറഞ്ഞു:

"അനിയത്തിയും ഈ ജാതകക്കാരനും രണ്ടും രണ്ടു സ്വഭാവക്കാരായിരിക്കും. ഒരാള് തെക്കോട്ടു നടന്നാൽ മറ്റെയാൾ വടക്കോട്ട് നടക്കും എന്നു സാരം. ഒരേ ദിശയിൽ ഒരുമിച്ച് സഞ്ചരിക്കാൻ ഇവർക്ക് സാധ്യമല്ല. സൂര്യനും ചന്ദ്രനും പോലെ.....അതിനാൽ അനിയത്തിക്ക് വേറെ ആളെ നോക്കാം."

ജ്യോതിഷി പറഞ്ഞത് കാലാന്തരത്തിൽ അന്വർഥമായി. ശോഭ ജയദേവന്റെ എതിർദിശയിൽ സഞ്ചരിച്ചു. മറ്റൊരാളുടെ വധുവായി.

"മാഷേ ഇറങ്ങണില്യേ?"

അടുത്തുള്ള യാത്രക്കാരൻ ചോദിച്ചപ്പോഴാണ് ശ്രദ്ധിച്ചത്. ബസ് കോഴിക്കോട്ടെത്തിയിരിക്കുന്നു. മിക്കവാറുംപേർ ഇറങ്ങി, ബസിൽ താൻ മാത്രം തനിച്ചായിരിക്കുന്നു. സീറ്റിൽനിന്നും പിടഞ്ഞെഴുന്നേൽക്കുമ്പോൾ ശ്രദ്ധിച്ചത് വാച്ചിലാണ്. ഉദ്ദേശിച്ച സമയത്തുതന്നെ ബസ് സ്ഥലത്തെത്തിയത് ഭാഗ്യം.

മറ്റൊരു ഭാഗ്യംപോലെ തൊട്ടടുത്ത് കണ്ണൂരിലേക്കുള്ള ബസും കിടപ്പുണ്ട്.

ഉച്ചഭക്ഷണത്തിന് സമയമുണ്ടാവില്ലെന്നതിനാൽ ഇത്തിരി ഇഡ്ഡലിയോ ബ്രഡോ കെട്ടിത്തരട്ടെയെന്ന് ക്ലാര ചോദിച്ചിരുന്നു. ട്രെയിൻ പോലെയല്ല ബസ്. പൊതിയഴിച്ച് കഴിക്കാനും കൈകഴുകാനും മറ്റുമുള്ള അസൗകര്യങ്ങളെയോർത്ത് വേണ്ടെന്നു പറഞ്ഞു. എല്ലാം നേരത്തേ പ്ലാൻ ചെയ്തിരുന്നെങ്കിൽ ഭക്ഷണവും മറ്റും കരുതിയുള്ള തീവണ്ടിയാത്ര തന്നെ ആകാമായിരുന്നു.

രാവിലെ മത്സ്യം വൃത്തിയാക്കുന്നതിനിടയിൽ പെട്ടെന്നാണ് ക്ലാര പറഞ്ഞത്:

"ശോഭ ഓഖ എക്സ്പ്രസിൽ വരുന്നു എന്നല്ലേ ഹസ്ബന്റ് പറഞ്ഞത്? ഓഖ കോഴിക്കോട്ടെത്തുന്ന സമയത്ത് ചെന്നാൽ ശോഭ വണ്ടിയിൽനിന്നും ഇറങ്ങുന്നതു കാണാമല്ലോ."

ഒന്ന് ഓർമിക്കുകപോലും പാടില്ലെന്ന് ഉറച്ചിരുന്ന തനിക്ക് എപ്പോഴാണ് കാണണം എന്ന തോന്നലുണ്ടായത്?

ക്ലാര മുൻകൈയെടുത്ത് വണ്ടിയുടെ വരവ് വിവരങ്ങളറിഞ്ഞു. വൈകിട്ട് അഞ്ചരയ്ക്കാണ് ഓഖ കോഴിക്കോട്ടെത്തുന്നത്. അതിനാൽ ഉച്ചയ്ക്ക് ഇവിടെനിന്നും പുറപ്പെട്ടാൽ മതി. പെട്ടെന്ന് ക്ലാരയ്ക്ക് മറ്റൊരു ആശയം.

"കോഴിക്കോട് ചെന്നാൽ കാണാൻ മാത്രമല്ലേ പറ്റൂ. ശോഭയോട് എന്തെങ്കിലും സംസാരിക്കണം എന്നുണ്ടാവില്ലേ?"

അതിനുള്ള വഴിയും ഉടൻതന്നെ കണ്ടെത്തപ്പെട്ടു.

"അഞ്ചരക്ക് കോഴിക്കോട്ടെത്തുമെങ്കിൽ മൂന്നരയ്ക്ക് ഓഖ കണ്ണൂരെത്തും. ഉടനെ പുറപ്പെട്ടാൽ മൂന്നു മണിക്കുള്ളിൽ എത്താം.

കണ്ണൂര് മുതൽ കോഴിക്കോടുവരെ സംസാരിച്ചിരിക്കാമല്ലോ. വേഗം. വേഗം."

ഒരാൾക്ക് എത്ര മിനിട്ടിനുള്ളിൽ കുളിച്ച് വസ്ത്രം മാറി പുറപ്പെടാം എന്ന് മത്സരമുണ്ടെങ്കിൽ അന്ന് ജയദേവന് ഒന്നാം സമ്മാനം കിട്ടിയേനെ! നിമിഷങ്ങൾക്കുള്ളിൽ ഒരു ലിമിറ്റഡ് സ്റ്റോപ്പ് സൂപ്പർഫാസ്റ്റിൽ ജയകൃഷ്ണൻ ഉപവിഷ്ടനായി.

ശോഭയെ കാണാനാണ് ഇത്ര തിടുക്കപ്പെട്ടു പോകുന്നതെങ്കിലും മനസുമുഴുവൻ അപ്പോൾ ക്ലാരയായിരുന്നു. ശോഭ പോയശേഷം ഇനിയൊരു കൂട്ട് വേണ്ടെന്നു വെച്ച് ഒറ്റത്തടിയായി കഴിയുന്ന കാലം. കട്ടപ്പനയിൽ ഫോറസ്റ്റ് റേഞ്ചറാണന്ന്. മഞ്ഞുകൊണ്ട് പരിചയമില്ലാത്തതിനാൽ രാത്രികാല കറക്കം തൊണ്ടയെ ബാധിച്ചു. ചുമയായി കഫവും ജ്വരവുമായി അത് ആളെ തളർത്തി. ആരുമില്ലായ്മയിൽ ആ തളർച്ചയ്ക്ക് ആക്കം കൂടി. അപ്പോഴാണ് അയൽപക്കത്തെ പെൺകുട്ടി അനുകമ്പ തോന്നിയിട്ടാവണം കുരുമുളക് പൊടിച്ചിട്ട കാപ്പിയുമായി വന്നത്.

അതൊരു തുടക്കം മാത്രമായിരുന്നു.

സ്നേഹം യഥാർഥവും അടിയുറച്ചതുമാണെങ്കിൽ എതിർപ്പുകൾ പ്രശ്നമല്ലെന്നു ബോധ്യമായി. വാഗ്ദാനങ്ങളൊന്നുമില്ലാത്ത ജീവിതത്തിലേക്കാണ് ക്ലാരയെ കൈപിടിച്ചു കൊണ്ടുവന്നത്. മറച്ചുവയ്ക്കാൻ രഹസ്യങ്ങളില്ലാത്ത തുറന്ന പുസ്തകംപോലുള്ള ജീവിതത്തിലേക്ക്. അതിനാൽ സമാധാനം, തമ്മിൽ അഭിനയമില്ല.

പാപസാമ്യത്തിന്റെയും കൂട്ടുദശയുടെയും കണക്കുകൾ നിരത്തി പിന്തിരിപ്പിച്ച ജ്യോതിഷിയോട് വേണമെങ്കിൽ ഇപ്പോൾ പറയാം. ഗ്രഹനിലകൾക്കും ഗർഭശിഷ്ടങ്ങൾക്കുമിടയിൽ നിങ്ങൾ വായിച്ചെടുക്കാൻ വിട്ടുപോയ ഒരു ചേർച്ചയുണ്ട്. ജീവിത വിജയത്തിനാവശ്യം അതാണ്.

ഒരു ജീപ്പിന് ഓവർടേക് ചെയ്യാനുള്ള വേഗത്തിൽ ബസ് റോഡ് വിട്ടിറങ്ങിയപ്പോൾ ജയദേവൻ വർത്തമാനത്തിലേക്ക് വേരറ്റു. വെയിൽ തട്ടാതിരിക്കാൻ ഇട്ടിരുന്ന ഷട്ടർ ഉയർത്തി നോക്കിയപ്പോൾ ബസ് വടകരയെത്തിയിരിക്കുന്നു.

ഓഖ എക്സ്പ്രസ് ഇപ്പോൾ എവിടെയെത്തിയിരിക്കും? ശോഭ ഏതു കംപാർട്ടുമെന്റിലായിരിക്കും? കൂടെ കുട്ടികളുണ്ടാവുമോ? കുട്ടികൾക്ക് അവളുടെ മുഖമായിരിക്കുമോ?

ശോഭയ്ക്ക് രണ്ട് ആൺകുട്ടികളാണെന്ന് റോണി തോമസ് പറഞ്ഞാണ് അറിഞ്ഞത്. വർഷങ്ങൾക്കുശേഷം സിറ്റി സെന്ററിലെ എക്സിബിഷൻ സ്റ്റാളിൽ വെച്ചു കണ്ടപ്പോൾ റോണി പരിസരംമറന്നു കെട്ടിപ്പിടിച്ചു. സ്കൂളിലും കോളേജിലും ഒരുമിച്ചു നടന്ന സഹചാരി കറുത്തു മെലിഞ്ഞു രൂപം വെടിഞ്ഞ് പ്രസന്നനായിരിക്കുന്നു എന്നു മാത്രം. ഇടതുപുരികം വെട്ടിച്ചുകൊണ്ടുള്ള ആ ചിരിക്ക് ഇപ്പോഴും മാറ്റമില്ല.

കോഫീഹൗസിൽ മുഖാമുഖം ഇരിക്കുമ്പോൾ റോണി പറഞ്ഞു:

"നിന്റെ പഴയ ശോഭയുണ്ടല്ലോ ഞാൻ താമസിക്കുന്നതിന്റെ അടുത്ത അപാർട്ടുമെന്റിൽ തന്നെയാണ് താമസം."

വിവാഹം കഴിഞ്ഞുപോയശേഷം ശോഭയെക്കുറിച്ചു കേൾക്കുന്ന ആദ്യത്തെ അറിവാണ്. ഉള്ളിൽ ഒരാന്തലുണ്ടായെങ്കിലും അതു മുഖത്തു വരാതെ സൂക്ഷിച്ചു. ഒരു പച്ചക്കറി മാർക്കറ്റിൽ വച്ചാണ് ശോഭയെ കണ്ടതെന്ന് റോണി തുടർന്നു പറഞ്ഞു.

"കണ്ട ഉടനെ അവളൊന്നു ചമ്മി. എങ്ങനെ ചമ്മാതിരിക്കും? നിന്റെ കത്തുകൾ അവൾക്കു കൊണ്ടുകൊടുത്തിരുന്നത് ഞാനല്ലേ?"

ശോഭ അവളുടെ ഫ്ളാറ്റിലേക്ക് ക്ഷണിച്ചിരുന്നുവെന്നും കഴിഞ്ഞ ഓണസദ്യ അവിടെയായിരുന്നുവെന്നും റോണി കൂട്ടിച്ചേർത്തു.

"അവളുടെ ഹസ്ബന്റിനെ നീ ഒന്നു കാണണം. നമ്മുടെ തനി സുരേഷ്ഗോപി."

ഏതോ വലിയ കൺസ്ട്രക്ഷൻ കമ്പനിയിൽ എഞ്ചിനീയർ. ഇടയ്ക്കിടെ വിദേശ യാത്ര വേണ്ടിവരുന്ന ഉദ്യോഗസ്ഥൻ.

"രണ്ട് ഉശിരൻ ആൺകുട്ടികളാ ശോഭയ്ക്ക്. ഒന്ന് അവൾ മുറിച്ച മുറി. മറ്റേത് നമ്മുടെ സുരേഷ്ഗോപി."

ശോഭ സകുടുംബം സന്തോഷമായി കഴിയുന്നു എന്ന് ജയദേവൻ നിരൂപിച്ചു.

ബസ് കണ്ണൂരെത്തുമ്പോഴേക്കും നേരം മൂന്നേകാൽ ആയിരുന്നു. മൂന്നരയാണ് ഓഖ എക്സ്പ്രസിന്റെ റൈറ്റ് ടൈം. ഒന്നു മുഖം കഴുകി തലചീകി ഫ്രഷ് ആകാൻപോലും കഴിയാത്തവിധം സമയം ഞെരുങ്ങിപ്പോയി.

റെയിൽവേസ്റ്റേഷനിൽ പൊരിഞ്ഞുകൊണ്ടു നിൽക്കുമ്പോൾ താൻ കയറുന്ന കംപാർട്ടുമെന്റിൽത്തന്നെ ശോഭയുണ്ടാവണേ എന്ന പ്രാർഥനയായിരുന്നു. ഇല്ലെങ്കിൽ എല്ലാ ബോഗികളിലും ഓടി നടന്ന് ഒരു തിരച്ചിൽ വേണ്ടിവരും. ഒരു പതിനഞ്ചു മിനിട്ടെങ്കിലും അങ്ങനെപോകും. എന്നാലും വണ്ടി കോഴിക്കോട്ടെത്താൻ ഒന്നരമണിക്കൂർ സമയമുണ്ട്.

ഓഖ പ്ലാറ്റ്ഫോമിൽ നിന്ന ഉടൻ കൺമുൻപിൽ കണ്ട കംപാർട്ടുമെന്റിലേക്ക് ജയദേവൻ ചാടിക്കയറി. അതിൽ ശോഭ ഉണ്ടായിരുന്നില്ല. വണ്ടിനീങ്ങി തുടങ്ങുമ്പോൾ മറ്റു ബോഗികളിലൂടെ തിരഞ്ഞുകൊണ്ട് ഓട്ടമാണ്. യാത്രക്കാർ തന്റെ പരിഭ്രമവും പങ്കപ്പാടും ശ്രദ്ധിക്കുന്നത് ജയദേവൻ അറിഞ്ഞില്ല. ഒരു കംപാർട്ടുമെന്റിലും ശോഭ ഇല്ലെന്ന് കണ്ട് ജയദേവൻ ക്ലാന്തനായി. ഒരുവേള തിരിച്ചറിയാൻ കഴിയാത്ത ഒരു രൂപപരിണാമത്തിലേക്ക് അവൾ മാറിയിരിക്കുമോ? തനിക്ക് ആളെ അറിയാതെ വന്നതാവുമോ? എങ്കിലും ഇരുപത്തിയൊന്നു വർഷങ്ങൾ കണ്ടാൽ തിരിച്ചറിയാത്തവിധം ഒരാളെ മാറ്റുമോ? ചിലപ്പോൾ എ സി ബോഗിയിലായിരിക്കുമോ യാത്ര. ഒരു സുഹൃത്തിനെ കാണാനെന്ന് ടിടിയോട് പറഞ്ഞ് തണുപ്പു ബോഗിയിലേക്കു കയറി. അവിടെയും ഇല്ല.

എന്തു പറ്റിയെന്ന് സ്വയം പുണ്ണായിക്കൊണ്ട് ഒരിടത്ത് ഇരുന്നു. ഇരിപ്പുറയ്ക്കാതെ വീണ്ടും തിരച്ചിൽ തുടർന്നു. വണ്ടി മുഴുവൻ അരിച്ചു പെറുക്കിയിട്ടും ശോഭയെ കണ്ടില്ല.

കാലത്ത് ഒരു ഗ്ലാസ് ചായമാത്രം കഴിച്ചതാണ്. ബസുകൾ മാറി ക്കയറി ദീർഘമായ ദൂരങ്ങൾ യാത്ര കഴിഞ്ഞിരിക്കുന്നു. സുപ്രധാനമായ ലക്ഷ്യത്തിനു മുന്നിൽ വിശപ്പുകൾ വഴിമാറി ഇല്ലാതായി.

എവിടെ വെച്ചായിരിക്കും താളം പിഴച്ചതെന്ന് എത്ര ആലോചിച്ചിട്ടും പിടികിട്ടിയില്ല. ഒരുവേള ശോഭയുടെ കൈയിൽ സെൽഫോണുണ്ടാ വുകയും എന്തെങ്കിലും പെട്ടെന്നുള്ള സന്ദേശം കിട്ടിയതിനെത്തുടർന്ന് യാത്ര വഴിയിൽ നിർത്തി മടങ്ങിപ്പോവുകയും ചെയ്തതാവുമോ? അതോ ഈ വണ്ടിയിൽത്തന്നെ ഉണ്ടാവുമോ? ചിലപ്പോൾ ബർത്തുകളിൽ ഉറങ്ങിയിരുന്ന ഏതെങ്കിലും സ്ത്രീകളിൽ ഒരാളായിരിക്കുമോ? കോഴിക്കോടെത്തിയാൽ ഉണർത്താൻ ആരെയെങ്കിലും ഏൽപ്പിച്ച് ഉറങ്ങാൻ കിടന്നതായിരിക്കുമോ?

അങ്ങനെയാണെങ്കിൽ ഒരു വഴിമാത്രം മുന്നിൽ തെളിഞ്ഞു വന്നു. വണ്ടി കോഴിക്കോടെത്തിയ ഉടൻ പ്രവേശനകവാടത്തിനരികിൽ ചെന്നു നിൽക്കുക. അതുവഴി കടന്നു പോകാതിരിക്കില്ലല്ലോ. അപ്പോൾ കാണുക യെങ്കിലും ചെയ്യാം. കാണാൻ മാത്രമായിരിക്കും നിശ്ചയം.

പ്രവേശന കവാടത്തിനരികിലെ കാത്തുനിൽപ്പും വ്യർഥമായി.

ശോഭ ആ വഴി വന്നില്ല.

ഒരുദിവസത്തെ മുഴുവൻ അലച്ചിലിനും ക്ഷീണത്തിനുമൊടുവിൽ വണ്ടിയിൽ കയറാൻ തുടങ്ങുമ്പോൾ പെട്ടെന്ന് ആരുടെയോ കൈ തോളിൽ. ഞെട്ടിത്തിരിഞ്ഞു നോക്കിയപ്പോൾ അത്ഭുതം. മുന്നിൽ റോണി തോമസ്.

"റോണിച്ചാ..."

"നീയെന്താ ഇവിടെ?"

പെട്ടെന്ന് ഒരു നുണ വന്നു.

ഒഫീഷ്യൽ...ഒരു അർജന്റ് മീറ്റിങ്."

"യു ആർ അൺലക്കി മാൻ."

"വൈ?"

"ശോഭയുണ്ടായിരുന്നു ഈ വണ്ടിയിൽ. അവളുടെ റിലേറ്റീവ് മരിച്ചിട്ട് വരികയാ..."

"എന്നിട്ട് എവിടെ?"

"അവള് കണ്ണൂര് ഇറങ്ങി."

"കണ്ണൂരോ?"

"അതാണ് എളുപ്പം ഏതോ കോപാസഞ്ചർ പറഞ്ഞു. കണ്ണൂരെറങ്ങി യാൽ മാനന്തവാടി വഴി എളുപ്പം കൽപ്പറ്റയിലെത്താമത്രെ."

"ഞാൻ കണ്ണൂരുനിന്നാണല്ലോ കയറിയത്?"

"ഇഡിയറ്റ്. അത് നീയായിരുന്നോ?"

"എന്തേ?"

"നിന്നെപ്പോലൊരാൾ കണ്ണൂരുനിന്നും കയറുന്നത് ഞാൻ ശ്രദ്ധിച്ചു." റോണി സിഗരറ്റ് കൊളുത്തി " നീ ഈ വഴി കയറുമ്പോൾ ശോഭ മറ്റേ വഴി ഇറങ്ങി. അതോണ്ടായിരിക്കും മിസ് ചെയ്തത്. ബട്ട് റിയലി സ്ട്രേഞ്ച്. റിയലി റിയലി."

ജയദേവൻ വരളുന്ന തൊണ്ടയായി.

"ആട്ടെ കണ്ണൂരുനിന്നും കോഴിക്കോടുവരെ വണ്ടിയിൽ ഞാനുണ്ടായിരുന്നല്ലോ.....നിന്നെ കണ്ടില്ല?"

"ശോഭ ഇറങ്ങിയതും ഞാൻ കയറി കിടന്നു...അതോണ്ടായിരിക്കും..."

ജ്യോതിഷി പറഞ്ഞ വാക്കുകൾ നെഞ്ചിൽ കരടായി.

ഒരാൾ തെക്കോട്ടു നടന്നാൽ മറ്റെയാൾ വടക്കോട്ടു നടക്കും.

സൂര്യനും ചന്ദ്രനും പോലെ...

വീട്ടിൽ ക്ലാര കാത്തിരിക്കുകയാവും. ശോഭയെ കാണാൻ കഴിഞ്ഞില്ലെന്നു പറഞ്ഞാൽ വിശ്വസിക്കുമോ? വിശ്വസിപ്പിക്കാൻവേണ്ടി തനിക്കവളോട് നുണ പറയാൻ കഴിയുമോ?

കീഴ്ത്താടി പിടിച്ചുയർത്തിക്കൊണ്ട് അവൾ ആവർത്തിക്കും.

"പറയൂ കാണാനെങ്ങനെ? തടിച്ചിട്ടോ അതോ..."

ആ നിഷ്കളങ്കതയ്ക്കു മുന്നിൽ വീർപ്പുമുട്ടുകയല്ലാതെ മറ്റൊന്നും വയ്യ.

വണ്ടി പതുക്കെ അനങ്ങിത്തുടങ്ങി.

ജയദേവനെയും ചുമന്നുകൊണ്ട് അത് ക്ലാരയിലേക്ക് പ്രയാണം ആരംഭിച്ചു.

വേനൽപ്പക്ഷി

വാസുദേവന്റെ യമഹ ബൈക്കിലെ പെട്രോളാണ് ആദ്യം കളവു പോയത്. അതിനു മുമ്പ് കോളനിയിൽ ഒരു സൂചിത്തുമ്പുപോലും കളവു പോയ അനുഭവമുണ്ടായിട്ടില്ല എന്നതിനാൽ ഇതു തന്നെയാവും ആദ്യ കളവ് എന്നു വിശ്വസിച്ചേ പറ്റൂ. പെട്രോൾ മോഷണം കള്ളന്റെ ആദ്യ ചുവടുവയ്പാണ് എന്നുവേണം കരുതാൻ. പെട്രോളിലും വലിയ ഒന്നും കള്ളൻ ആദ്യകാലത്ത് പരീക്ഷിച്ചില്ല. പരിചയക്കുറവോ പിടിക്കപ്പെടുമോ എന്ന ഭീതിയോ ആവാം. കേവലം പെട്രോളല്ലേ എന്ന മനോഭാവത്തിൽ കോളനി നിവാസികൾ അലസത നടിച്ചതും അബദ്ധമായി.

മോഷണത്തിൽ പത്താംതരം പാസായ കള്ളൻ പ്ലസ് വണ്ണിലേക്ക് പ്രവേശിച്ചു. പെട്രോളിൽനിന്നും ഒരു സ്ഥാനക്കയറ്റം. അതിന്റെ ഫലമായി ശ്രീരാമിന്റെ സ്കൂട്ടർ സ്റ്റെപ്പിനിയും ടൂൾ ബോക്സും ഡിം! റസിഡൻഷ്യൽ അസോസിയേഷന്റെ പ്രതിമാസ യോഗത്തിൽ ഇത് അവതരിപ്പിക്കപ്പെട്ടപ്പോൾ സെക്രട്ടറി തെല്ല് ക്ഷുഭിതനായി.

"പെട്രോൾ പോകുന്ന കാര്യം എന്തുകൊണ്ട് നേരത്തേ പറഞ്ഞില്ല?"

"പെട്രോളല്ലേ...പെറ്റി തീഫായിരിക്കും എന്നു കരുതി..."

"ഈ സ്റ്റെപ്പിനിയെന്താ മേജർ തെഫ്റ്റാണോ?"

പരാതി ഉന്നയിച്ചവർ 'അയ്യത്തടാ' എന്നായി.

"പെട്രോൾ മോഷണം ഒരു ഇഷ്യു ആവുന്നില്ല എന്നു കണ്ടപ്പോൾ കള്ളന് ധൈര്യമായി...അതിന്റെ ഫലമാണ് ഈ സ്റ്റെപ്പിനി..."

"ഇതിനെ ഇങ്ങനെ തള്ളിക്കളയാൻ പാടില്ല..."

"നാമെന്തു ചെയ്യും?"

വീടൊന്നുക്ക് മാസം നൂറു രൂപവെച്ചു പിരിച്ചാൽ മുപ്പത്തിമൂന്ന് വീടുകളുള്ള കോളനിയിൽ 3300 രൂപ സ്വരൂപിക്കാം. 2500 രൂപ ശമ്പളം

കൊടുക്കുകിൽ നല്ലൊരു വാച്ച്മാനെ കിട്ടാൻ ബുദ്ധിമുട്ടുണ്ടാവില്ല. രാത്രി പത്തുമുതൽ കാലത്ത് അഞ്ചുവരെ അയാൾ കോളനിയിൽ റോന്തു ചുറ്റട്ടെ.

ഈ നിർദേശം ഭൂരിപക്ഷത്തിനും സ്വീകാര്യമായിത്തോന്നിയില്ല. കോളനിയിലെ ചാലു വൃത്തിയാക്കാനും മറ്റു ചെലവുകൾക്കുമായിത്തന്നെ മാസം അമ്പതു രൂപ വരി കൊടുക്കുന്നുണ്ട്. ഇതിനുപുറമേ ഓണാഘോഷം, കോളനി ഡേ എന്നീ കാട്ടിക്കൂട്ടായങ്ങൾക്ക് വേറെയും. ഇതു കൂടാതെ ഇനി നൂറുരൂപ വാച്ച്മാൻ ഇനത്തിൽ കൊടുക്കുക എന്നു വെച്ചാൽ...മനുഷ്യന് ജീവിക്കണ്ടേ?

"എങ്കിൽപ്പിന്നെ ഇത്തരം പരാതികളുമായി വരരുത്..."

സെക്രട്ടറി എഴുന്നേറ്റു.

"ആട്ടെ നൂറു രൂപ കൊടുക്കാൻ തയാറുള്ളവർ കൈപൊന്തിക്കൂ..."

ദാമോദരൻ ആവശ്യപ്പെട്ടപ്പോൾ നാലുപേർ മാത്രമാണ് കൈ പൊന്തിച്ചത്. അതു കണ്ടപ്പോൾ സെക്രട്ടറിക്ക് ഈ സ്ഥാനം ഏറ്റെടുത്തതിൽ ലജ്ജ തോന്നി.

"കണ്ടോ ഇതാണ് നമ്മുടെ കോളനിയുടെ അവസ്ഥ...." അദ്ദേഹം മുഖം വക്രിച്ചു.

"ഇക്കണെക്കിന് എന്തിനാണ് നമുക്കൊരു അസോസിയേഷൻ?"

എല്ലാവരും നിശ്ശബ്ദരായി.

"ഞാൻ സജഷൻ വെക്കട്ടെ" കസ്തൂരിരംഗൻ കൈ ഉയർത്തി, "ഇനി ആരും വണ്ടി ഷെഡിൽ നിർത്തണ്ട...ഒരു പലകയിട്ട് വീടിനകത്തേക്ക് കയറ്റുക..."

ആ വിഡ്ഢിത്തം കേട്ട് ചിലർ പൊട്ടിച്ചിരിച്ചു. അപ്പോഴും മോഷണം തുടരാതിരിക്കാനുള്ള ആരോഗ്യകരമായ ഒരു നിർദേശം ആരുടെ ഭാഗത്തു നിന്നുമുണ്ടായില്ല.

അന്നു യോഗം പിരിഞ്ഞു.

നൂറുരൂപ തരാൻ വൈമനസ്യം കാണിച്ചവരുടെ വീടുകളിൽ വാടകക്കള്ളന്മാരെ വിട്ട് ഒന്നു വിരട്ടിയാലോ എന്നൊരു ബുദ്ധി ശ്രീരാമിന് ഉദിച്ചു. രണ്ടുമൂന്നുപേർ അതിനെ പിന്താങ്ങി. പിടിക്കപ്പെട്ടാൽ നമ്മുടെ പേരുതന്നല്ലേ പുറത്താവുക എന്ന് വാസുദേവൻ പുരികം വെട്ടിച്ചപ്പോൾ ആശയം മുന്നോട്ടുവെച്ചവർ അതു പിൻവലിച്ചു.

വീട്ടിൽ എത്തിയശേഷം തോന്നിയ ബുദ്ധി സെക്രട്ടറി എല്ലാവരെയും ഫോണിൽ വിളിച്ചു പറഞ്ഞു.

"രാത്രി നേരത്ത് എല്ലാവരും വീട്ടുമുറ്റത്ത് ഒരു ലൈറ്റ് കത്തിക്കുക."

വർധിച്ചുവരുന്ന വൈദ്യുതി ചാർജിനെയും മറ്റും ഓർത്ത് ഭൂരിപക്ഷം അതിനും തയാറായില്ല.

"എങ്കിൽ എല്ലാവരും ഒരു നായയെ വളർത്തൂ..."

ചെലവുകൂടിയ ആ നിർദേശവും കോളനിക്ക് സ്വീകാര്യമായില്ല.

മോഷണത്തിൽ ഇതിനകം കള്ളൻ പ്ലസ്ടുവും പാസായിക്കഴിഞ്ഞു. ഡിഗ്രി ആദ്യവർഷം എന്ന നിലയ്ക്ക് കള്ളൻ കൈവെച്ചത് പ്രൊഫസറുടെ ചാരുകസാലയിലായിരുന്നു. അന്നുരാത്രി കിടക്കാൻനേരം സിറ്റൗട്ടിൽ പിടിച്ചിടുമായിരുന്ന തേക്കു കസാല. സിറ്റൗട്ട് ഗ്രില്ലിന്റെ പൂട്ട് അറുത്തെടുത്താണ് കള്ളൻ അകത്തു കടന്നിരിക്കുന്നത്. മാത്രമല്ല ചുരുങ്ങിയത് രണ്ടുപേരെങ്കിലും ശ്രമിച്ചില്ലെങ്കിൽ അത് തൂക്കിക്കൊണ്ടുപോവുക പ്രയാസവുമാണ്. അതിനാൽ ഒന്നിൽക്കൂടുതൽ പേർ രാത്രി സഞ്ചാരത്തിനിറങ്ങുന്നുണ്ടെന്ന് ഇതോടെ വ്യക്തമായി.

''എന്റെ കാർ പോയാൽപ്പോലും എനിക്കിത്ര സങ്കടമില്ല'' പ്രൊഫസർ കരഞ്ഞു, "കസാല പോയതിലാണ് ഖേദം..."

"എന്തേ?"

"ബ്രദേഴ്സ് കാരമസോവ് വായിച്ചത് ഈ കസാലയിലിരുന്നാണ്...."

ഭാഗ്യം കാരമസോവ് സഹോദരന്മാരെക്കുറിച്ച് കോളനിയിലാർക്കുമറിയില്ലായിരുന്നു.

ഏതായാലും പൂട്ടു പൊളിച്ച് അകത്തു കടക്കാൻ മാത്രം കള്ളൻ വളർന്നിരിക്കുന്നു എന്ന തിരിച്ചറിവ് കോളനിവാസികളെ രോഷാകുലരും ജാഗരൂകരുമാക്കി. ഇനി മേൽനടപടികൾ കൈക്കൊണ്ടില്ലെങ്കിൽ തങ്ങൾക്ക് സമാധാനമായി ഉറങ്ങാൻ കഴിയില്ലെന്ന് അവർക്ക് ബോധ്യമായി.

സംഘടനയുടെ ലെറ്റർഹെഡിൽ ദീർഘമായ ഒരു പരാതിയെഴുതി. മോഷണങ്ങളുടെ വിശദാംശങ്ങൾ രേഖപ്പെടുത്തി മുഴുവൻ താമസക്കാരുടെയും കൈയൊപ്പോടുകൂടി അവർ പൊലീസ് സ്റ്റേഷനിലെത്തി. അപ്പോഴാണ് തൊട്ടടുത്ത കോളനിയിലെ താമസക്കാർ ഏതാണ്ട് ഇതേപോലൊരു പരാതിയുമായി എത്തിയിരിക്കുന്നത് അവർ ശ്രദ്ധിച്ചത്. സമീപ്രദേശത്തെ കോളനിയായിരുന്നിട്ടുകൂടി ഇതൊന്നും ഇത്ര കാലമായി അറിയാതെ പോയല്ലോ എന്നു ചിലർ മൂക്കത്തു വിരൽ വെച്ചു.

അവിടെ മോഷണത്തിന്റെ രീതി മറ്റൊന്നായിരുന്നു. പകൽ സമയം കൊറിയർ തരാൻ എന്ന വ്യാജേനയാണ് കള്ളൻ വരുന്നത്. കൊറിയർ കൈപ്പറ്റി കടലാസിൽ ഒപ്പിട്ടുകൊടുക്കുമ്പോൾ കഴുത്തിലെ മാല പൊട്ടിച്ച് ഒറ്റ ഓട്ടം. പുറത്ത് സ്റ്റാർട്ട് ചെയ്ത് തയാറാക്കി വെച്ചിരിക്കുന്ന ബൈക്ക് കള്ളന്റെ സഹായത്തിന്. രാത്രിസമയത്താണെങ്കിൽ സെയിൽസ് റെപ്രസെന്റേറ്റീവിന്റെ വേഷത്തിലാണ് കള്ളൻമാർ എത്തുന്നത്. വീട്ടിലെ പൊടിപടലങ്ങൾ വൃത്തിയാക്കാനുള്ള വാക്വം ക്ലീനറുടെ ഫ്രീ ഡെമോൺസ്ട്രേഷൻ എന്ന ഭാവത്തിൽ വീട്ടിനുള്ളിൽ കടന്നുകൂടി പ്രവേശന മാർഗങ്ങൾ മനസിലാക്കി വയ്ക്കുന്നു. ഒരാഴ്ചക്കകം ആ വീട്ടിൽ സാധനങ്ങൾ തിരുടപ്പെടുന്നു.

അതിനാൽ പകൽ സമയത്താണെങ്കിൽ കൊറിയർ കൊണ്ടുവരുന്നവരെ സൂക്ഷിക്കുക.

രാത്രിയാണെങ്കിൽ പാന്റും ഷർട്ടുമിട്ട് കൈയിൽ പെട്ടിയും തൂക്കി വരുന്ന റെപ്രസെന്റേറ്റീവുമാരെ സൂക്ഷിക്കുക.

അടുത്തതായി അവർ കണ്ടു വെച്ചിരിക്കുന്നത് ചിലപ്പോൾ ഈ കോളനിയായിരിക്കും.

പറഞ്ഞ് ചൂടാറിയില്ല. ഒരു കൊറിയർ കള്ളൻ ഈ കോളനിയിൽ പ്രത്യക്ഷപ്പെട്ട് മാല പൊട്ടിക്കാൻ ശ്രമിച്ചെങ്കിലും രുഗ്മിണിയമ്മ മുറുകെ പിടിച്ചതുകൊണ്ട് സാധനം പോയില്ല എന്നു മാത്രം. തൊട്ടടുത്ത കോളനി തുടച്ചു വൃത്തിയാക്കിയ കള്ളൻമാർ തങ്ങളുടെ തട്ടകം മാറ്റിയിരിക്കുന്നു എന്നതിന്റെ ലക്ഷണം ഇതോടെ വെളിവായി.

ഇനി വാക്വം ക്ലീനർ വിൽപ്പനയ്ക്കെത്തുന്ന ഒരു റെപ്രസെന്റേറ്റിവിന്റെ വരവിനായി കോളനി വാസികൾ കാത്തിരുന്നു.

അവനെ പിടികൂടാനായി വ്യക്തമായ രൂപരേഖകൾ തയാറാക്കി. അപ്രകാരം എല്ലാ വീട്ടുകാർക്കും ഒരു വിസിൽ വിതരണം ചെയ്തു. എന്തെങ്കിലും ആക്രമണമുണ്ടായാൽ പ്രതിരോധിക്കാനായി മൂന്നടി നീളമുള്ള മുട്ടൻവടി കൈയിൽ നൽകി. പാന്റും ഷർട്ടുമിട്ട് കൈയിൽ പെട്ടിയുമായി ഏതൊരു റെപ്രസെന്റേറ്റീവ് വീട്ടിൽ പ്രവേശിക്കുന്നുവോ ആ വീട്ടുകാരൻ വിസിലൂതണം. അത് കള്ളൻ വന്നതിന്റെ അടയാളമായെടുത്ത് മറ്റു വീട്ടുകാർ ഓടിയെത്തണം. ഒരു കള്ളനെ പിടിച്ചു കഴിഞ്ഞാൽ മറ്റെല്ലാ കള്ളൻമാരെയും വലയിലാക്കാനുള്ള തുമ്പുകിട്ടും.

കോളനി വാസികൾക്ക് ഇതാദ്യമായി കൂട്ടായ്മയുടെ പാരസ്പര്യം അനുഭവപ്പെട്ടു. ആപത്ത് പടിവാതിൽക്കൽ എത്തിനിൽക്കുന്ന ഈ നേരത്ത് തങ്ങൾ ഇന്ത്യാ മഹാരാജ്യത്തിലെ സഹോദരീ സഹോദരന്മാരാണെന്ന് അവർക്കു തോന്നി.

ഈ ആസൂത്രണങ്ങളെക്കുറിച്ചൊന്നും അറിയാത്ത ഒരു വാക്വം ക്ലീനർ റെപ്രസെന്റേറ്റീവ്. ശരിക്കുമേ തന്റെ ഉൽപ്പന്നം വിൽക്കാനായി അലഞ്ഞുതിരിഞ്ഞ് ആ കോളനിയുടെ മുൻപിലെത്തി. അയാൾക്ക് ആ ദിവസം മൂന്ന് വാക്വം ക്ലീനറുകൾ വിൽക്കണമായിരുന്നു. എങ്കിലേ 1500 രൂപ കമ്മീഷൻ ഇനത്തിൽ കിട്ടുമായിരുന്നുള്ളൂ. അത് കിട്ടിയിട്ടുവേണം മകളുടെ ഒന്നാം പിറന്നാളിന് അരപ്പവനിൽ ഒരു കമ്മൽ വാങ്ങേണ്ടതെന്ന് അയാൾ തിട്ടപ്പെടുത്തിയിരുന്നു. ചെറിയൊരു ധാരണാവസ്ഥയിൽ വേണമെങ്കിൽ കമ്മൽ തരാമെന്ന് ജൂവലറി സുഹൃത്ത് പറഞ്ഞപ്പോൾ രണ്ടാമതൊന്ന് ആലോചിക്കാതെ അയാളത് വാങ്ങുകയും ചെയ്തു. ആയിരം രൂപ മറ്റന്നാൾ കൊടുത്താൽ മതിയാകും.

എത്ര ശ്രമിച്ചിട്ടും പക്ഷേ, വാക്വം ക്ലീനർ വിറ്റു പോവുന്നില്ലല്ലോ എന്ന് ആ റെപ്രസെന്റേറ്റീവ് വിഷമിച്ചു. ദാഹജലം കേഴുന്ന വേനൽപ്പക്ഷിയെപ്പോലെ അയാൾ കോളനികൾ അലഞ്ഞുനടന്നു. രാപ്പകൽ വിയർപ്പൊലിപ്പിച്ചിട്ടും വീടുവീടാന്തരം നിരങ്ങിയിട്ടും വാതോരാതെ സംസാരിച്ചിട്ടും ഒറ്റ പീസുപോലും ആളുകൾ വാങ്ങുന്നില്ലല്ലോ എന്നയാൾ

തളർന്നു. അക്കണക്കിന് തന്റെ കഴിവിൽ സംശയം തോന്നി കമ്പനി പിരിച്ചുവിടാനും മതി. കഴിഞ്ഞ മാസം മൂന്നുപേരെയാണ് പറഞ്ഞു വിട്ടത്.

കോളനിയുടെ പ്രവേശന മാർഗത്തിനരികിലെ ചായപ്പീടികയിൽ നിന്നും ആ റെപ്രസെന്റേറ്റീവ് ഒരു ചായ കുടിച്ചു. പെട്ടി തുറന്നു പൈസയെടുക്കുമ്പോൾ മകൾക്കു വാങ്ങിയ കമ്മൽ അവിടെത്തന്നെയില്ലേ എന്നു പരിശോധിച്ചു. പെട്ടി പൂട്ടി കോളനിയിലേക്കു പ്രവേശിക്കുമ്പോൾ ഒരു വാക്വം ക്ലീനറെങ്കിലും ഇവിടെ വിറ്റുപോകണേ എന്നയാൾ പ്രാർഥിച്ചു.

ആത്മതാരകം

കുമാരൻനായരാണ് അതു ശ്രദ്ധിച്ചത്. പാടവരമ്പിനു താഴെയുള്ള ചെളിക്കുണ്ടിൽ ഏങ്കോണിച്ചു കിടക്കുന്ന കാർഡ്ബോർഡ് പെട്ടിയിൽ ഒരു പട്ടിക്കരച്ചിൽ. കരച്ചിലിന്റെ ദൈന്യം നായരുടെ നടത്തം മുടക്കി. ഒരുവേള കണ്ണുപോലും തുറന്നിട്ടില്ലാത്ത ഒരു കുഞ്ഞുനായയായിരിക്കും അതെന്ന് നായർ നിരൂപിച്ചു. തല്ലുകൊണ്ടിട്ടെന്നപോലുള്ള അതിന്റെ കരച്ചിൽ കേട്ടുകൊണ്ട് തനിക്കിനി പ്രഭാതസവാരി തുടരാനാവില്ലെന്ന് അദ്ദേഹത്തിന് ബോധ്യമായി. ഇത്രയും പിഞ്ചുകുഞ്ഞിനെ ഒരു പെട്ടിക്കുള്ളിൽ വരിഞ്ഞുകെട്ടി ഉപേക്ഷിക്കേണ്ടതെന്തിനെന്ന് നായർ മനസിൽ എണ്ണിപ്പെറുക്കി.

അപ്പോഴേക്കും പ്രഭാത സുഹൃത്തായ പീറ്റർ സാമുവൽ അവിടെയെത്തി.

"അത് ജീവനുള്ള നായയായിരിക്കില്ല" സാമുവൽ പറഞ്ഞു, "കളിപ്പാട്ടമായിരിക്കും....തൊട്ടാൽപ്പൊട്ടുന്ന ബോംബായിരിക്കും അതിനുള്ളിൽ..."

"ബോംബോ?"

കുമാരൻനായർ ഒന്നു ഞെട്ടാതിരുന്നില്ല.

കഴിഞ്ഞമാസം ദില്ലിയിലെ ഒരു പബ്ലിക് സ്കൂളിനു മുന്നിൽ മൂന്നു കുട്ടികൾ കൊല്ലപ്പെട്ടത് കളിപ്പാട്ടത്തിൽ ബോംബു വെച്ചിട്ടാണെന്ന് സാമുവൽ കൂട്ടിച്ചേർത്തു.

അതെല്ലാം മഹാനഗരങ്ങളിൽ...! കുമാരൻ വിചാരിച്ചു. കേരളത്തിലെ ഇതുപോലൊരു ഗ്രാമം അത്ര പുരോഗമിച്ചിട്ടില്ലെന്ന് അദ്ദേഹം സമാധാനിച്ചു.

"ഇപ്പോൾ നഗരമെന്നോ നാട്ടിൻപുറമെന്നോ ഇല്ല" സാമുവൽ

കവിളിലെ വിയർപ്പു വടിച്ചു, "എന്തും എവിടെയും നടക്കാം.... അക്രമങ്ങളും ആഗോള അടിസ്ഥാനത്തിലാണ് നടക്കുന്നത്...."

ഒരു ഫലിതം പറഞ്ഞിട്ടെന്നമട്ടിൽ സാമുവൽ സ്വയം ചിരിച്ചു. സന്ദർഭത്തിന്റെ ഗൗരവം കണക്കിലെടുത്ത് കുമാരൻനായർ ചിരിച്ചില്ല. അപ്പോഴേക്കും പാടവരമ്പത്തിനപ്പുറത്ത് വീടുവെച്ച ഉടമസ്ഥൻ പുറത്തുവന്നു.

"പെട്ടിക്കുള്ളിൽ വല്ല പാമ്പോ മറ്റോ ആണോ സാറേ?"

അയാളുടെ ശബ്ദം പരിഭ്രമത്തിൽ ഉലഞ്ഞു.

"പാമ്പ് ഇങ്ങനെ കുരയ്ക്കില്ലല്ലോ..."

"അതും പറഞ്ഞൂടാ..."

സാമുവൽ സർവജ്ഞാനങ്ങളുടെയും ഉത്തരവാദിത്വം ഏറ്റെടുത്തു.

"കലികാലമല്ലേ? പാമ്പ് നായയെപ്പോലെ കുരച്ചാലും നായ പാമ്പിനെപ്പോലെ ഇഴഞ്ഞാലും അത്ഭുതപ്പെടാനില്ല......"

അല്ല, അതൊരു പാമ്പല്ലെന്നു കുമാരൻ തീർപ്പു കൽപ്പിച്ചു.

ഇതൊരു പൂച്ചക്കരച്ചിൽ പോലെയാണ് തനിക്കു തോന്നുന്നതെന്ന് നടന്നു മടങ്ങുന്ന വനിതാ കമ്മിഷൻ മെമ്പർ പ്യാരിജാൻ അടക്കം പറഞ്ഞു. തന്റെ വീട്ടിലെ മച്ചിൽ കഴിഞ്ഞയാഴ്ചയാണ് പൂച്ച പെറ്റത്. നാലു കുട്ടികൾ അടങ്ങിയ സംഘത്തെ ഇതുപോലൊരു പെട്ടിയിലാക്കിയാണ് ബൈപാസ് റോഡിൽ ഉപേക്ഷിച്ചത്. നാലെണ്ണം കൂട്ടംചേർന്നുള്ള കരച്ചിലിന് ഏതാണ്ട് ഇതേ രീതിയും പ്രകൃതവുമായിരുന്നു. അതിനാൽ ഇത് പൂച്ചക്കുട്ടികൾതന്നെ.

അപ്പോഴേക്കും കുറെയധികം ആളുകൾ സംഭവസ്ഥലത്തു തടിച്ചുകൂടി. ഒരുപാട് സന്ദേഹങ്ങൾ നിക്ഷിപ്തമായ പേടകം പ്രഭാതത്തിന്റെ മുഖലക്ഷണം കെടുത്തുന്ന അരൂപിയായി അവർക്കുമുന്നിൽ കൊന്ത്രപ്പല്ലുകാട്ടി.

അല്ല. ഇത് പൂച്ചക്കരച്ചിലല്ലെന്ന് സംഘത്തിലെ ഭൂരിപക്ഷം വിലയിരുത്തി.

"എങ്കിൽ ആരെങ്കിലും ഒന്നു തുറന്നു നോക്കൂ" പാടവരമ്പിനപ്പുറത്ത് വീടുവെച്ച ആൾ ബേജാറായി, "അല്ലെങ്കിൽ ഞാൻ പൊലീസിനെ വിളിക്കാം...."

"പൊലീസിനെയൊന്നും മെനക്കെടുത്തണ്ട മാഷേ..."

ആൾക്കൂട്ടത്തിലൊരാൾ അങ്ങനെ പറഞ്ഞെങ്കിലും ആർക്കും അരികിൽ ചെല്ലാനോ പെട്ടിതുറക്കാനോ ധൈര്യമുണ്ടായില്ല.

"തുറന്നു നോക്കൂന്നേ....."

പീറ്റർ സാമുവൽ അയാളെ ധൈര്യപ്പെടുത്തി, "പരമാവധി എന്തു സംഭവിക്കും?"

"എങ്കിൽ നിങ്ങൾക്കു നോക്കരുതോ...."

സാമുവൽ ആൾക്കൂട്ടത്തിൽ അദൃശ്യനായി.

"ഇതു പട്ടിയുമല്ല പൂച്ചയുമല്ല" ജോഗിങ്ങിൽ വിയർത്തുകുളിച്ചുവന്ന

ഡോക്ടർ ശ്രീധര വാര്യർ പുതിയൊരു പരാമർശത്തിൽ ആടിക്കളിച്ചു.

"പിന്നെന്താണെന്ന് നിങ്ങൾക്ക് ഊഹിക്കാമോ?"

ആൾക്കൂട്ടം ഡോക്ടറുടെ മുഖത്ത് കൺനട്ടു; എന്താണ് എന്ന ഭാവത്തിൽ.

വിദേശത്ത് തവളക്കാലുകൾ കയറ്റി അയയ്ക്കുന്ന വിവരം നിങ്ങൾക്കറിയാമോ?"

"അറിയാം...."

"കാലുകൾ അറുത്തു മാറ്റപ്പെട്ട തവളകളുടെ കൂട്ടക്കരച്ചിലാണിത്.... കാലുകൾ എടുത്തശേഷം തവളകളെ പെട്ടിയിലാക്കി വലിച്ചെറിഞ്ഞിരിക്കും...."

ഡോക്ടറുടെ അനുമാനം ആൾക്കൂട്ടത്തിന് നമ്പാനായില്ല. അവർ ആശയക്കുഴപ്പത്തിലായി. കരച്ചിൽ എന്തിന്റെയോ ആകട്ടെ. അതിന് ദീനമായ ഒരു പ്രാണന്റെ നൈരന്തര്യമുള്ളത് അവരെ അസ്വസ്ഥരാക്കി. പ്രഭാതത്തിന്റെ മുഖരിലേക്ക് പൊട്ടിവീണ കരച്ചിൽ ഗ്രാമത്തിന്റെ കരച്ചിൽപോലെ പുൺപെട്ടതായി.

അപ്പോഴേക്കും സംഭവസ്ഥലത്ത് പൊലീസ് എത്തി. ഒരു മുൻകരുതൽ എന്നപോലെ അവർ ലാത്തിയും മറ്റും ഉയർത്തിപ്പിടിച്ചു. സംഘത്തിൽ ഏറ്റവും ചെറുപ്പം തോന്നിച്ച പൊലീസുകാരൻ രണ്ടും കൽപ്പിച്ച് കാർഡ്ബോർഡ് പെട്ടി പൊക്കിയെടുത്ത് നിരത്തിൽ നേരെയാക്കി വെച്ചു, ഇപ്പോൾ പെട്ടിക്കരച്ചിൽ പൂർവാധികം ശക്തമായി.. പടക്കം കൊളുത്തുമ്പോൾ തിരിയിൽനിന്നും മുഖം മാറ്റിപ്പിടിക്കും പോലുള്ള ഒരു ഭാവത്തിൽ പൊലീസുകാരൻ വിരമിച്ചു. എന്തും സംഭവിച്ചേക്കാവുന്ന ഒരു നിർണായക നിമിഷത്തിന്റെ വെന്തുരുകലിൽ അയാൾ പെട്ടി തുറന്നു.

പെട്ടിക്കുള്ളിൽ ഒരു കുഞ്ഞുതാരകം ആകാശത്തിലേക്ക് ചിരി നിവർത്തി. അതിന്റെ കണ്ണിലും മൂക്കിലും ഉറുമ്പരിക്കുന്നുണ്ടായിരുന്നു. അതിന്റെ അരികിൽ കീ കൊടുത്താൽ കുരയ്ക്കുന്ന കളിപ്പാട്ടമുണ്ടായിരുന്നു. ചെമ്പൻ നിറത്തിൽ ഒരു പട്ടിക്കുഞ്ഞ്. ബാറ്ററി തീർന്നിട്ടെന്നപോലെ അതിന്റെ കരച്ചിൽ നിലച്ചു. അപ്പോൾ മനുഷ്യതാരകത്തിന്റെ രോദനം അന്തരീക്ഷത്തിൽ വേറിട്ടു നിന്നു.

ഏലസ്സ്

സ്കൂളിലേക്ക് വരാനാവശ്യപ്പെട്ട് ടീച്ചർ കത്തു കൊടുത്തയച്ചപ്പോൾ രജനി ഉറപ്പിച്ചു. ഒന്നുകിൽ നകുൽ എന്തെങ്കിലും വികൃതി ഒപ്പിച്ചിരിക്കും അല്ലെങ്കിൽ പതിവുപോലെ സംസ്കൃതത്തിൽ തോറ്റിരിക്കും. ഈ ലില്ലി ടീച്ചർക്ക് ഇതൊരു വിനോദമാണ്. അമ്മമാരെ സ്കൂളിലേക്കു വരുത്തി കുട്ടികളെക്കുറിച്ച് പരാതി പറയുക. അതിൽ അവർ ആനന്ദം അനുഭവിക്കുന്നു.

കിരൺദാസിന്റെ പെൻസിൽ മുന പൊട്ടിച്ചതിനാണ് കഴിഞ്ഞ ആഴ്ച വരാനാവശ്യപ്പെട്ടത്. 'ഉടനെ വരണം' എന്നൊരു കുറിപ്പു മാത്രമേ അവർക്ക് കൊടുത്തയയ്ക്കേണ്ടൂ. ഡോംബി വില്ലി സ്റ്റേഷനിലെത്തി ലോക്കൽ ട്രെയിനിൽ തൂങ്ങിപ്പിടിച്ച് ഒരുമണിക്കൂർ യാത്ര ചെയ്തുവേണം സ്കൂളിലെത്താൻ. മറിച്ചും അതേ യത്നം. ഇതിന്റെ ബുദ്ധിമുട്ടൊന്നും ടീച്ചർക്കറിയേണ്ട. അവരാവശ്യപ്പെട്ട പ്രകാരം പോയില്ലെങ്കിൽ എത്ര ചെറിയ കാര്യമാണെങ്കിലും അത് സ്കൂൾ ഹെഡ്ഡിന്റെ മുമ്പിലെത്തും. അതിനാൽ എന്തു കഷ്ടവും സഹിച്ച് സ്കൂളിലെത്തുന്നു.

കണക്കിൽ തോറ്റതിനാണ് ടീച്ചർ വരാനാവശ്യപ്പെട്ടത് എന്നറിഞ്ഞപ്പോൾ സമാധാനം തോന്നി. വികൃതിയുടെ പേരിലാണെങ്കിൽ എന്തു ന്യായം പറഞ്ഞ് മുഖം രക്ഷിക്കും? വെറും രണ്ടു മാർക്കിന്റെ വ്യത്യാസത്തിലാണ് നകുൽ തോറ്റിരിക്കുന്നത് എന്നറിഞ്ഞപ്പോൾ ടീച്ചറോട് കലിയും തോന്നി. ഇതു പറയാൻ ഒരുദിവസം മെനക്കെടുത്തി ഇത്ര ദൂരം വരുത്തേണ്ടതുണ്ടോ? വേറെയും അമ്മമാർ അവിടെയെത്തിയിരുന്നതിനാൽ മടുപ്പ് ഒഴിവായി. അടുത്ത പരീക്ഷയിൽ തോറ്റാൽ ഒരുവർഷം കൂടി ഇതേ ക്ലാസിലിരുത്തും എന്ന താക്കീതോടെ ടീച്ചർ അമ്മമാരെ പറഞ്ഞയയ്ക്കുന്നു. അമ്മമാർ ഭയത്തിൽ സ്കൂൾ മുറ്റം വിടുന്നു.

തിരിച്ചുവരുമ്പോൾ കൂടെ ഗിരിജയുമുണ്ടായിരുന്നു. അവർക്കും ഇതു തന്നെ പ്രശ്നം. നകുലിന് പ്രയാസം കണക്കാണെങ്കിൽ ചിങ്കുവിന് തടസം സയൻസാണ്.

“കുട്ടികൾ തോൽക്കുന്നത് മനസിലാക്കാം” ഗിരിജ തോൾ വെട്ടിച്ചു, “ഒന്നരവാടം സ്കൂളിലേക്കു വരുത്തുന്നത് ഒരുതരം ടോർച്ചറാണ്....”

“യു സെഡ് ഇറ്റ്....” രജനി ആ പരാമർശത്തെ പിന്താങ്ങി. “ഇതറിഞ്ഞിരുന്നെങ്കിൽ വീടിനടുത്ത് ഏതെങ്കിലും സ്കൂളിൽ ചേർക്കാമായിരുന്നു...അല്ലെങ്കിൽ സ്കൂളിനടുത്ത് വീടു വാങ്ങാമായിരുന്നു.....”

ആ പറഞ്ഞതിൽ വലിയ എന്തോ ഫലിതം കണ്ടിട്ടെന്നപോലെ ഗിരിജ ചിരിച്ചു. നിമിഷനേരം ആ ചിരി നീണ്ടു. പെട്ടെന്നു ഗൗരവമുള്ള എന്തോ ഓർമയിൽ വന്നിട്ടെന്നപോലെ ചിരി നിന്നു.

ഇന്നെലെയോ മറ്റോ ഒരു സായാഹ്നപത്രത്തിൽ കണ്ട പരസ്യത്തിൽ മനസുടക്കിയാണ് ഗിരിജ ചിരിക്ക് വിരാമമിട്ടതെന്ന് പിന്നീട് മനസിലായി. പരസ്യത്തിലെ വരികൾ അവർ കൃത്യമായി ഓർക്കുന്നു.

വിദ്യാവിജയം കൈവരിക്കാൻ ധരിക്കേണ്ട ഒരു മാന്ത്രിക ഏലസിനെക്കുറിച്ചായിരുന്നു പരസ്യം. ആ ഏലസു ധരിച്ച കുട്ടികൾ പരീക്ഷകളിൽ നൂറുശതമാനം വിജയംനേടുന്നു എന്നതിന് ഉദാഹരണസഹിതം പരസ്യത്തിൽ സാക്ഷ്യപ്പെടുത്തലുകളുണ്ട്. അതിനാൽ ഏലസിന്റെ ആധികാരികതയെ വിശ്വസിക്കാമെന്നു ഗിരിജ തീരുമാനിച്ചു. പരസ്യത്തിന്റെ ആധികാരികതയെയല്ലേ വിശ്വസിക്കേണ്ടതെന്ന് രജനി സ്വയം ചോദിച്ചു.

“എന്തായാലും ഇന്നത്തെ ദിവസം ഇങ്ങനെ പോയി...നമുക്ക് ആ ഏലസിനെക്കുറിച്ച് അന്വേഷിക്കാം...”

മാട്ടുങ്കി റെയിൽവേ സ്റ്റേഷനോട് ചേർന്നുള്ള ഒരു ലോഡ്ജ് മുറിയാണ് ഏലസിന്റെ കേന്ദ്രമെന്ന് ഗിരിജയ്ക്ക് ഓർമയുണ്ടായിരുന്നു. ആ ഓർമയുടെ ചരടുപിടിച്ച് അവർ നടന്നു.

ചുവരു നിറയെ ദൈവചിത്രങ്ങൾ പതിച്ച മുറിയായിരുന്നു അത്. ദൈവങ്ങൾക്കിടയിൽ മറ്റൊരു ദൈവംപോലെ സ്വാമി ഗൂഢാനന്ദ ഇരുന്നു. ചുറ്റും പുകയുന്ന ചന്ദനത്തിരിയുടെയും കുന്തിരിക്കത്തിന്റെയും ധവളവലയത്തിൽ അദ്ദേഹത്തിന്റെ മുഖം അവ്യക്തമായിരുന്നു. ഷെൽഫിൽ അടുക്കിവെച്ചിരുന്ന താളിയോലകളും ജ്യോതിഷഗ്രന്ഥങ്ങളും അദ്ദേഹത്തോട് നിശ്ശബ്ദമായി സംസാരിച്ചു. ഇദ്ദേഹത്തിന്റെ ദിവ്യമായ ഇരിപ്പിടത്തിനരികിൽ ഒരു ചെറിയ അറയിൽ ഏലസുകൾ വിശ്രമിച്ചു.

രജനിയെയും ഗിരിജയെയും കണ്ട മാത്രയിൽത്തന്നെ അവർ അമ്മമാരായിരിക്കണമെന്നും മക്കളുടെ പഠിപ്പാണ് ഇവരെ അലട്ടുന്ന പ്രശ്നമെന്നും സ്വാമി ഗൂഢാനന്ദ മനസിലാക്കി. പത്രത്തിലെ പരസ്യമാണ് അവരെ ഇവിടെ എത്തിച്ചത് എന്നതിനാൽ മുഖവുരയുടെ സമയനഷ്ടം ഉണ്ടായില്ല.

കാര്യങ്ങളെല്ലാം ശ്രദ്ധയോടെ കേട്ട സ്വാമി ഗൂഢാനന്ദ അവരോട്

നിമിഷനേരം കണ്ണടയ്ക്കാൻ ആവശ്യപ്പെട്ടു. മുന്നിൽ ഇരിക്കുന്ന ദൈവതുല്യനോടുള്ള ഭക്തിയിൽ കണ്ണുകൾ താനേ അടഞ്ഞു. ഇടയ്ക്കെങ്ങാനും അവർ കണ്ണു തുറന്നു നോക്കുമോ എന്ന എണ്ണത്തിൽ ഗൂഢാനന്ദ തനിക്കരികിലുള്ള മൺ അറ ഒരു പട്ടുതുണികൊണ്ട് മൂടി. അതിനുള്ളിൽനിന്നും ഏലസ്സ് എടുക്കുമ്പോൾ അദ്ദേഹം ചില ശ്ലോകങ്ങൾ ഉരുവിട്ടു. രജനിക്കും ഗിരിജയ്ക്കും അടിമുടി വിറയൽ അനുഭവപ്പെട്ടു. ഒരു പനി തങ്ങളെ ബാധിക്കുന്നതുപോലെ....

അതീവ ജാഗ്രതയോടെ ഏലസുകൾ കൈക്കുമ്പിളിൽ ഇട്ടുകൊടുക്കുമ്പോൾ അതു ധരിക്കേണ്ട മുറകളെക്കുറിച്ചും ശുദ്ധിയെക്കുറിച്ചും സ്വാമി വാചാലനായി.

ഏലസിന്റെ വില കേട്ടപ്പോൾ രജനിയും ഗിരിജയും ഒന്നു ഞെട്ടി. അത്രമാത്രം വലിയതുക അവർ കരുതിയിരുന്നില്ല. അനുഗ്രഹാശിസ്സുകളോടെ കൈയിൽ വാങ്ങിയ ഏലസ്സ് എങ്ങനെ തിരിച്ചു കൊടുക്കും എന്ന ആധിയും അവരെ പിടികൂടി. അതിനാൽ പൈസയും കൊണ്ട് നാളെവരാം എന്ന ഉറപ്പിൽ ഏലസ്സ് അവിടെത്തന്നെ വെച്ച് ഇറങ്ങാൻ തീരുമാനിച്ചു. ഒരിക്കൽ കൈമാറിയ യന്ത്രം ഇവിടെ വച്ചുപോയാൽ അതിന്റെ ശക്തിയത്രയും ചോർന്നുപോകുമെന്നും അതുപിന്നെ വെറുമൊരു വെള്ളിത്തകിടു മാത്രമാണെന്നും സ്വാമി ഗൂഢാനന്ദ പറഞ്ഞപ്പോൾ അവർ അക്ഷരാർഥത്തിൽ കുഴങ്ങി വലഞ്ഞു.

"നിങ്ങൾ യന്ത്രം കൊണ്ടുപോകൂ...."

സ്വാമി വിനയാന്വിതനായി. "ഉടനെ പൈസ വേണമെന്ന് ഞാൻ പറഞ്ഞില്ലല്ലോ...എപ്പോഴെങ്കിലും ഈ വഴിക്ക് വരുമ്പോൾ ഓർത്താൽ മതി....."

സ്വാമി ഗൂഢാനന്ദയുടെ വിനയവും വിശ്വാസ്യതയും അവരെ സ്തബ്ധരാക്കി. വേറെയും ഒരുപാടുപേർ സ്വാമിയെ കാണാനായി ക്യൂ നിൽക്കുന്നതിനാൽ രജനിയും ഗിരിജയും വേഗം പടികളിറങ്ങി. ധന്യമായി എന്തോ കൈവന്നുചേർന്നതിന്റെ ത്രില്ലിൽ അവർ താന്താങ്ങളുടെ പാർപ്പിടത്തിൽ എത്തിച്ചേർന്നു.

സ്വാമി പറഞ്ഞുകൊടുത്ത മുറപ്രകാരം വെള്ളിയാഴ്ചയുടെ ബ്രാഹ്മമുഹൂർത്തത്തിൽ നകുലിന്റെ അരക്കെട്ടിൽ ഏലസു കൊടിയേറി. അന്ന് പാതിരായ്ക്ക് അവൻ എന്തോ ദുഃസ്വപ്നംകണ്ട് ഞെട്ടിയുണർന്നു. അവൻ കിടക്കുന്ന മുറിയുടെ ജനൽപ്പുറത്ത് കുറുക്കൻ ഓലിയിടുന്നതായി അവന് തോന്നിയത്രെ. അവൻ കിടക്കയിൽ മൂത്രമൊഴിക്കുകയും ഏങ്ങലടിച്ചു കരയുകയും ചെയ്തു. ഇതുകണ്ട് ബേജാറായ രജനി രാത്രികാലം മറന്ന് ഗിരിജയ്ക്ക് ഫോൺ ചെയ്തു.

"അവിടെ ചിങ്കു എന്തെങ്കിലും സ്വപ്നം കണ്ടോ ഗിരിജേ?"

"ഇല്ലല്ലോ രജനി...ഇന്നലെവരെ ഉറക്കത്തിന് ഇന്ററപ്ഷൻ ഉണ്ടായിരുന്നു... ഏലസു കെട്ടിയശേഷം നല്ല ഉറക്കം..."

സുഖനിദ്രയ്ക്കുള്ള യന്ത്രമായിരിക്കുമോ സ്വാമിജി ചിങ്കുവിന്

മാറ്റിക്കൊടുത്തതെന്ന് ഒരുനിമിഷം രജനി സംശയിച്ചു. നകുലിനെ പൂജാമുറിയിലിരുത്തി 'നമഃശിവായ' ചൊല്ലിക്കൊടുത്ത് അവൻ ആ രാത്രി പുലർത്തി. ഏതായാലും പിന്നീടുള്ള ദിവസങ്ങളിൽ കുറുക്കന്റെ ശല്യം അവനെ കാര്യമായി ബാധിച്ചില്ല. പഠനകാര്യങ്ങളിൽ അവന് താൽപ്പര്യം കൂടുന്നതുപോലെ രജനിക്കു തോന്നി.

"ചിങ്കുവിനോ ഗിരിജേ?"

"ചിങ്കു ഉറക്കമൊഴിച്ച് പഠിക്കുന്നു" ഗിരിജ സന്തോഷം പ്രകടിപ്പിച്ചു, "ഇങ്ങനെപോയാൽ ഇവനായിരിക്കും ഇക്കുറി ക്ലാസ് ഫസ്റ്റ്....."

റിസൾട്ട് വന്നപ്പോൾ പക്ഷേ, നകുലും ചിങ്കുവും പഴയപോലെ രണ്ടു മാർക്കിന്റെ കുറവിൽ തോറ്റിരിക്കുന്നു.

"സ്വാമിജിയെ വെറുതെ വിടരുത്...."

ഗിരിജ ക്ഷോഭത്തിൽ ആടി.

അന്നു വൈകുന്നേം മാട്ടുങ്ക സ്റ്റേഷനടുത്തുള്ള മുറിയിൽ ചെന്ന പ്പോൾ സ്വാമിജി ഉണ്ടായിരുന്നില്ല. അദ്ദേഹം ഒരു വിദേശ യാത്രയിലാ ണെന്ന് അദ്ദേഹത്തിന്റെ ശിഷ്യൻ സ്വാമി കൃത്യാനന്ദ അറിയിച്ചു. പലവിധ പ്രശ്നങ്ങളിൽപ്പെട്ട് ഉഴലുന്നവർക്ക് ഏലസു കെട്ടിക്കൊടുക്കാനായി അദ്ദേഹം തായ്‌ലന്റിൽ തമ്പടിച്ചിരിക്കുകയാണത്രെ. യന്ത്രം ധരിച്ച ശേഷവും പരീക്ഷയിൽ പരാജയമാണ് ഫലമെങ്കിൽ, ആ കുറവു നിക ത്താൻ മറ്റൊരു ഏലസുകൂടി ധരിക്കേണ്ടതുണ്ടെന്ന് കൃത്യാനന്ദ പറഞ്ഞു. ആദ്യം ധരിക്കുന്ന ഏലസ്സ് ചിലരിൽ അത്ഭുതങ്ങൾ സൃഷ്ടിക്കുന്നില്ല. രണ്ടാമതു ധരിക്കുമ്പോൾ വിജയം സുനിശ്ചിതം. ആദ്യത്തേത് അണി ഞ്ഞത് അരയിലാണെങ്കിൽ, രണ്ടാമത്തേത് കെട്ടേണ്ടത് കഴുത്തിലാണ്.

"ഇതിനും വലിയ സംഖ്യയാവില്ലേ?"

അമ്മമാർ ഉൽക്കണ്ഠപ്പെട്ടു.

"ആദ്യത്തേതത്ര വരില്ല...." കൃത്യാനന്ദ ചിരിച്ചു.

രജനിയും ഗിരിജയും തങ്ങളുടെ അരപ്പവൻ വിറ്റ് അതിനുള്ള കാശുണ്ടാക്കി. പുതിയ മുറയും വിധിയും പ്രകാരം ഏലസ്സ് കുട്ടികളുടെ കഴുത്തിൽ കെട്ടപ്പെട്ടു.

ഇത്തവണ ചിങ്കുവാണ് ദുഃസ്വപ്നംകണ്ട് നിലവിളിച്ചത്. ഉഗ്രവി ഷമുള്ള നാഗം ഫ്ളാറ്റിലെ മൂന്നു നിലകൾ ഇഴഞ്ഞു വന്ന് കട്ടിലിൽ കയറി കഴുത്തിൽ വരിഞ്ഞു എന്നാണ് സ്വപ്നം. ചിങ്കു വിണ്ടുകീറി കരയുന്നു. പൂജാമുറിയിൽ കതകടച്ചിരിക്കുന്നു.

"നകുൽ സ്വപ്നം കണ്ടുവോ രജനീ?"

ഗിരിജയുടെ വേവലാതി കണ്ട് രജനി സമാധാനിപ്പിച്ചു. ദുഃസ്വപ്നം വീണ്ടും നകുലനെ പിടികൂടിയില്ലല്ലോ. ഒരു സംഗതി മാത്രം രജനിയുടെ മനസിൽ പ്രകടമായി തെളിഞ്ഞു. ഈ ഏലസുകൾക്കും ജന്തുജാല ങ്ങൾക്കും തമ്മിൽ അഭേദ്യമായ എന്തോ ബന്ധമുണ്ട്. ആദ്യയന്ത്രം ധരിച്ച രാത്രി നകുൽ സ്വപ്നംകണ്ടത് ഒരു കുറുക്കനെയാണ്. രണ്ടാമത്തെ യന്ത്രം ചിങ്കുവിന്റെ സ്വപ്നത്തിൽ നാഗരൂപമായിരിക്കുന്നു. വായിച്ചെടു

ക്കാൻ കഴിയാത്ത ചില സമാനതകൾ....പൂരിപ്പിക്കാൻ സാധിക്കാത്ത ചില കണ്ണികൾ...പിഞ്ചുകുട്ടികളുടെ ജീവിതംവച്ച് തങ്ങൾ പന്താടുകയാണോ എന്ന് ആ നിമിഷം രജനി ചിന്തിച്ചു പോകാൻ കാരണം, പണ്ട് മുത്തശ്ശി പറഞ്ഞു തരുമായിരുന്ന ഒടിയൻ കഥകളുടെ തികട്ടി വരവാണ്. ഒടിയന്റെ കഥകളിലെല്ലാം ഒരു ജന്തുജീവന്റെ സാന്നിധ്യം വിളങ്ങിയിരുന്നു.

ഒറ്റക്കാലുള്ള നായ.

രണ്ടു കണ്ണും നഷ്ടപ്പെട്ട പൂച്ച.

കൊമ്പും വാലും അറ്റുപോയ പോത്ത്.

അങ്ങനെ ഒടിയന്റെ മായം തിരിയലുകളിൽ എത്രയെത്ര ജന്തുക്കളുടെ പ്രതിരൂപങ്ങൾ.

അതെല്ലാം നാട്ടിൻപുറത്തെ കഥകളാണെങ്കിൽ ഇപ്പോഴിത് മഹാനഗരത്തിന്റെ സത്യങ്ങൾ.

പണ്ട് പരീക്ഷകളിൽ വിജയം നേടാൻ മാധവൻ ഇളയതു കുറിച്ചു തരുമായിരുന്നത് സരസ്വതീ മന്ത്രമായിരുന്നു. നിറുകയിൽ തേച്ചു കുളിക്കാൻ ബ്രഹ്മി. ...രണ്ടുനേരം നെറ്റിയിൽ തൊടാൻ ദേവീ കുങ്കുമം....

സ്വന്തം അനുഭവങ്ങൾ മുന്നിലുള്ളപ്പോൾ താനെന്തിനിങ്ങനെ ഏലസു തേടിപ്പോയതെന്ന് രജനി സ്വയം വിമർശിച്ചു. രാത്രിയുടെ വൈകിയ വേളയിൽ കഴുത്തിലെ ചരടു പൊട്ടിച്ച് പുറത്തെറിഞ്ഞാലോ എന്ന് ഒരുനിമിഷം ആലോചിച്ചു. അപ്പോൾ കൃത്യാനന്ദയുടെ വരികൾ ഓർമവന്നു.

"ആദ്യ ഏലസു ഏശാത്തവർക്ക് രണ്ടാമത്തേത് അത്ഭുതങ്ങൾ ചെയ്യും..."

റിസൽട്ട് വരട്ടെ. നോക്കാം.

റിസൽട്ട് വന്നപ്പോൾ നകുലും ചിങ്കുവും വീണ്ടും തോറ്റിരിക്കുന്നു. ആദ്യത്തെ ഏലസിൽനിന്നും അൽപ്പം പുരോഗതിയോടെയാണ് തോൽവി. ആദ്യപരാജയം രണ്ടു മാർക്കിന്റെ കുറവു കൊണ്ടാണെങ്കിൽ ഇപ്പോഴത് ഇരുപതു മാർക്കിന്റെ വ്യത്യാസം കൊണ്ടാണെന്നു മാത്രം.

രജനിക്കു നിയന്ത്രണം കെട്ടു. നകുലിന്റെ കഴുത്തിലെ ഏലസ്സ് അറുത്തെടുത്ത് അവൾ അഴുക്കു ചാലിലെറിഞ്ഞു. സ്വാമിജിയോട് നേരിട്ട് രണ്ടുവാക്ക് പറയാനായി മാട്ടുങ്കയിലെത്തിയപ്പോഴാണ് ഞെട്ടിക്കുന്ന വാർത്തയറിയുന്നത്.

ഏലസിന്റെ വെള്ളിക്കൂടുകളിൽ മയക്കുമരുന്ന് കടത്തിയ കുറ്റത്തിന് കഴിഞ്ഞ രാത്രി സിറ്റി പൊലീസ് സ്വാമിജിയെ അറസ്റ്റു ചെയ്തുവത്രെ. ശിഷ്യൻ കൃത്യാനന്ദയും പൊലീസ് കസ്റ്റഡിയിലാണ്. ഏലസുകൾ സൂക്ഷിക്കുന്ന മുറി അധികൃതർ സീൽ ചെയ്തിരിക്കുന്നു.

രജനിക്ക് തല കറങ്ങുന്നതുപോലെ തോന്നി. ഒടിയൻസേവയേക്കാൾ ഭീകരമായ ചെയ്തിയിലേക്ക് നകുലിനെ എറിഞ്ഞുകൊടുത്തതിൽ അവൾക്ക് കുണ്ഠിതമായി. ഗിരിജയാകട്ടെ, രജനിയെ അഭിമുഖീകരിക്കാൻ കഴിയാതെ സ്വന്തം ഉൾക്കൂട്ടിലേക്ക് ചുരുങ്ങി.

സന്ധ്യക്ക് സിറ്റി ചാനലിൽ ഏതോ പ്രോഗ്രാം ശ്രദ്ധിക്കുന്നതിനിടെ പെട്ടെന്നാണ് രജനിയുടെ ശ്രദ്ധ ആ പരസ്യശബ്ദത്തിലേക്കു തിരിഞ്ഞത്.

“കൊടുത്ത പണം തിരിച്ചുകിട്ടാൻ, ശത്രുദോഷം മാറാൻ, കാര്യതടസം നീങ്ങാൻ, പരീക്ഷകളിൽ ഉന്നതവിജയം നേടാൻ, കടത്തിൽ നിന്നും മോചനം ലഭിക്കാൻ, കേസ് വഴക്ക് കോടതി വ്യവഹാരങ്ങളിൽ വിജയിക്കാൻ ഹനുമാൻ സേവ നടത്തി ശക്തിപ്പെടുത്തിയ ഏലസുകൾ ദേഹത്ത് ധരിക്കുക. സേവാമന്ത്രവും പറഞ്ഞു കൊടുക്കപ്പെടുന്നു. ഉടൻ ഗുണഫലം. അത്ഭുത ശക്തിയാർന്ന ഈ ഏലസ്സ് ജാതിമതഭേദമെന്യേ ഏവർക്കും അതിശയകരമായ ഫലം ചെയ്യുന്നു. ശ്രീ ഗൂഢാനന്ദ സ്വാമികളാണ് പൂജാദികർമങ്ങളിലൂടെ ഈ യന്ത്രം തയാർ ചെയ്തു നൽകുന്നത്.”

രജനി ടി വി ഓഫ് ചെയ്തു.

സ്വാമിജി ജാമ്യത്തിൽ ഇറങ്ങിക്കാണുമെന്നും കൂടുതൽ ശക്തി യോടെ തന്റെ കർമമേഖലയിലേക്ക് കടന്നിരിക്കുമെന്നും രജനി നിരൂപിച്ചു.

അവൾ നകുലിനെ മാറോടു ചേർത്തു.

ആത്മഹത്യക്കും രംഗബോധമില്ല

കണ്ടമുത്തൻ കെട്ടിത്തൂങ്ങി എന്ന വാർത്ത കേട്ട് ഗായത്രി മാത്രമല്ല, ആ കോളനിയിലെ മുഴുവൻപേരും ഞെട്ടിയിട്ടുണ്ടാവണം. അവിടുത്തെ വീടുകൾക്കത്രയും പൊതുവായുള്ള പണിക്കാരനായിരുന്നു കണ്ടമുത്തൻ. എന്തു പണിയും മായമില്ലാതെ ചെയ്യുന്നവൻ. ഏതു പാതിരാത്രിയിലും കോളനിവാസികൾക്ക് ആശ്രിതൻ. അവൻ ഇവ്വിധം മരണത്തെ പ്രാപിക്കേണ്ടിയിരുന്നില്ലെന്ന് ഏവരും സങ്കടപ്പെട്ടു.

“അവന് എന്തത്യാവശ്യമുണ്ടെങ്കിലും കോളനിക്കാർ ഒരു കൂട്ടപ്പിരിവ് നടത്തുമായിരുന്നല്ലോ.”

ഏതൊരുവന്റെ മരണശേഷവും ഇത്തരം അഭിപ്രായപ്പെടലുകൾ സ്വാഭാവികമായതിനാൽ ആരോ അങ്ങനെ അഭിപ്രായപ്പെട്ടു.

ദാരിദ്ര്യമായിരിക്കില്ല ഈ മരണത്തിനു ഹേതുവെന്ന് വാസുമേനോൻ വിശ്വസിച്ചു. അയാൾക്ക് അങ്ങനെ വിശ്വസിക്കാനുള്ള സ്വാതന്ത്ര്യമുള്ളതിനാൽ ആരും അതിനെ ചോദ്യം ചെയ്യാൻ മുതിർന്നില്ല.

കണ്ടമുത്തന്റെ കെട്ടിയോൾ കോതച്ചിക്ക് അവിഹിതബന്ധത്തിൽ കുഞ്ഞുണ്ടായതാണ് ആത്മഹത്യാപ്രേരകമെന്ന് ഭാരതി ടീച്ചർ ആണയിട്ടു. ആർക്കും എന്തും ആണയിടാൻ പാകത്തിൽ കണ്ടമുത്തൻ കരുവാളിച്ചു കിടന്നു.

കടക്കെണി തന്നെയാണ് ഈ കാലപ്പെടലിന് കാരണമെന്ന് കണ്ടമുത്തന്റെ അയൽക്കാരനും കൂലിപ്പണിക്കാരനുമായ പൊന്നുച്ചാമി അടിവരയിട്ടു. കണ്ടമുത്തന്റെ പല കൊടുക്കൽവാങ്ങലുകൾക്കും സാക്ഷിയാണ് ചാമി. രാത്രി കള്ളുകുടി കഴിഞ്ഞാൽ കണ്ടമുത്തൻ നെഞ്ചുകീറി

കാണിക്കുക ചാമിയോടാണ്. ആ നിലയ്ക്ക് ചാമിയുടെ വാക്കുകൾക്ക് നിശ്ചയം കൽപ്പിക്കാമെന്ന് കോളനി തീരുമാനിച്ചു.

കണ്ടമുത്തന് ഏതാണ്ട് അമ്പതിനായിരത്തിന്റെ കടമുണ്ടെന്ന് പൊന്നുച്ചാമി കണക്കുകൾ നിരത്തി. ആ കണക്കുകൾ പലരെയും അന്തിപ്പിക്കുന്നതായിരുന്നു. ഇവ്വിധം കടങ്ങളുള്ള ഒരുവൻ ഇങ്ങനെ കുടിച്ചു കൂത്താടി നടന്നതിലെ ഉത്തരവാദിത്വമില്ലായ്മ ആർക്കും അത്ര പെട്ടെന്ന് അംഗീകരിക്കാൻ കഴിഞ്ഞില്ല.

ഈ കടങ്ങളും അതേത്തുടർന്നുള്ള സംഘർഷങ്ങളുമായിരിക്കും കണ്ടമുത്തനെ കുടിക്കാരനാക്കിയിരിക്കുകയെന്ന് കൃഷ്ണൻകുട്ടി പൊതുവാൾ നിരൂപിച്ചു. അതിനാൽ കണ്ടമുത്തന്റെ കുടിയെ ഉത്തരവാദിത്വമില്ലായ്മയായി വ്യാഖ്യാനിക്കരുതെന്ന് അദ്ദേഹം വിനീതമായി അഭ്യർഥിച്ചു.

പോയവൻ പോയി, നമുക്ക് നമ്മുടെ ജോലികളിലേക്കു പ്രവേശിക്കാം എന്ന് കോളനി സെക്രട്ടറി യാഥാർഥ്യത്തിലേക്കു കാൽവെച്ചു.

അതോടെ കൂട്ടം പിരിഞ്ഞു.

എന്തിനായിരിക്കും കണ്ടമുത്തൻ ഇങ്ങനെയൊരു കടുംകൈ ചെയ്തതെന്നു ചിന്തിച്ച് ഗായത്രിക്കു മാത്രം ഉറങ്ങാനായില്ല. ഗായത്രിയുടെ വലംകൈയായിരുന്നു കണ്ടമുത്തൻ. അവളോട് എപ്പോഴും ആഭിമുഖ്യം കാണിച്ചവൻ. കേവലം അമ്പതിനായിരം രൂപയുടെ പേരിൽ അവൻ ഇങ്ങനെ തിടുക്കപ്പെടരുതായിരുന്നു എന്ന് ഗായത്രി കണ്ണീർ തുടച്ചു. പണ്ടെന്നോ വായിച്ചുവെച്ച *ആത്മഹത്യയുടെ മനഃശാസ്ത്രം* എന്ന പുസ്തകത്തിലെ വരികൾ അവൾ മറന്നു പോയിരുന്നു. അതിനാൽ അവൾ ചോദിച്ചു:

"ദാരിദ്ര്യമാണോ ആത്മഹത്യയുടെ പ്രേരകഘടകം?"

"നീ ഉറങ്ങാൻ നോക്ക്" ഭർത്താവ് തിരിഞ്ഞു കിടന്നു, "നാളെ കാലത്ത് ക്ലാസുള്ളതാ..."

മനസ്സമാധാനം നഷ്ടപ്പെട്ടവർക്ക് കൈത്തണലായി പ്രവർത്തിക്കുന്ന ഒരു സാമുദായിക സംഘടനയുടെ ഞായറാഴ്ച ക്ലാസുകൾ എടുക്കുന്ന ആളായിരുന്നു ഭർത്താവ്. നഷ്ടപ്പെട്ടുകൊണ്ടിരിക്കുന്ന സമാധാനം എങ്ങനെ പുനഃസൃഷ്ടിക്കാം എന്നതിനെക്കുറിച്ച് ആലോചിച്ചു കൊണ്ടിരിക്കുമ്പോഴാണ് ഗായത്രി ഇങ്ങനെയൊരു സംശയം ഉന്നയിച്ചത്. ആ സംശയം അയാളുടെ ചിന്തയിൽ കരടായി. അതുകൊണ്ടാണ് അയാൾ ഇവ്വിധം ചെത്തപ്പെട്ടത്.

"പറയുന്നേ.....ദാരിദ്ര്യമാണോ ആത്മഹത്യക്കുള്ള പ്രധാന പ്രേരണ?"

“ഇത് മഹാശല്യമായല്ലോ” ഭർത്താവ് എഴുന്നേറ്റിരുന്നു, “ആത്മഹത്യക്കു വേറെ എന്തെല്ലാം കാരണങ്ങളുണ്ടാവാം...ഒടുക്കത്തെ ഒരു കണ്ടമുത്തൻ...”

“ദാരിദ്ര്യം തന്നെയാണ് മുഖ്യ കാരണം” ഗായത്രി കഴുത്തു വെട്ടിച്ചു, “മനുഷ്യന്റെ ഏറ്റവും വലിയ വിശപ്പ് വയറിന്റെ വിശപ്പാണെന്ന് സാർത്ര് എഴുതിവെച്ചിട്ടുണ്ടല്ലോ...”

ഇതെല്ലാം അറിയാമെങ്കിൽ പിന്നെന്തിന് എന്റെ ഉറക്കം കെടുത്തുന്നു?”

ഭർത്താവ് ലൈറ്റണച്ചു. ഇരുട്ടുപിടിച്ച മുറിയുടെ ജനൽപ്പുറത്ത് കണ്ടമുത്തൻ നിൽക്കുന്നതായി നിനച്ചുനിനച്ചു ഗായത്രി ഉറങ്ങാതെ കിടന്നു.

പിറ്റേന്ന്, കിഴക്ക് വെള്ളപൊട്ടുകയും പക്ഷികൾ ചിലയ്ക്കുകയും സകല ചരാചരങ്ങളും താന്താങ്ങളുടെ പ്രവർത്തിയിൽ മുഴുകുകയും ചെയ്തപ്പോൾ കണ്ടമുത്തന്റെ മരണവും സർവസാധാരണമായ ഒന്നായി.

കോളനിയിൽ മറ്റൊരു പണിക്കാരൻ സ്ഥാനമേറ്റതോടെ ഗായത്രി കണ്ടമുത്തനെ മറന്നു.

പിറ്റേത്തെ ആഴ്ച മണിരത്നത്തിന്റെ പുതിയ സിനിമ റിലീസായപ്പോൾ അത് ആദ്യ ദിവസംതന്നെ കാണണമെന്ന് ഗായത്രി വാശിപിടിച്ചു. അവളുടെ ഭർത്താവാകട്ടെ, മനുഷ്യസമാധാനത്തിനുവേണ്ടി മൗന പ്രാർഥന നടത്തുന്ന നേരമായിരുന്നു. പ്രാർഥന മുറിഞ്ഞ ദേഷ്യത്തിൽ അയാൾ എന്തോ നിലവിളിച്ചു. ഗായത്രി തന്റെ വാശിയിൽ ഉറച്ചുനിന്നു. എന്നിട്ട് ഇത്രയും കൂട്ടിച്ചേർത്തു.

“ആദ്യം വീട്ടിൽ സമാധാനം ഉണ്ടാക്കുക....

എന്നിട്ട് നാട്ടിൽ നടപ്പാക്കുക.....”

ഭർത്താവ് അടങ്ങി. അയാൾ ഗായത്രിയേയുംകൂട്ടി സിനിമാ തീയറ്ററിലേക്കു നടന്നു. തീയറ്ററിനു മുന്നിൽ വലിയ ജനസന്നാഹം കണ്ട് ഭർത്താവ് ഗായത്രിയെ എറിഞ്ഞു നോക്കി. ജനങ്ങൾക്ക് ലോകത്ത് വേറെ പണിയൊന്നുമില്ലേ എന്ന് അയാൾ ആശ്ചര്യപ്പെട്ടു. എന്തിന് ജനത്തെ പഴിക്കണം. തന്റെ ഭാര്യതന്നെ ഈ ഭ്രാന്തിന് ഉത്തമ ഉദാഹരണമല്ലേ എന്ന് അയാൾ തന്റെ കണ്ടെത്തലിനെ തിരുത്തി.

“ഇന്ന് ടിക്കറ്റ് കിട്ടുമെന്നു തോന്നുന്നില്ല.....”

ഭർത്താവിന്റെ മുഖത്ത് നനുത്ത ചിരി വിടർന്നു.

“സ്ത്രീകളുടെ ക്യൂവിൽ നിന്ന് ഞാൻ ടിക്കറ്റ് വാങ്ങിക്കോളാം.... പൈസ തരൂ...”

ഗായത്രി പുരികംകൊണ്ട് എന്തോ കോപ്രായം കാണിച്ചു. ഇറമ്പുന്ന കലിയിൽ ഭർത്താവ് അവളുടെ കൈയിലേക്ക് നോട്ടു ചുരുട്ടി. അതും

കൊണ്ട് അവൾ തീയറ്റർ സമുച്ചയത്തിലേക്ക് പ്രവേശിച്ചു. ക്യൂ നിൽക്കുന്ന ഭാഗത്തേക്ക് തിരിഞ്ഞപ്പോൾ അവൾ ഞെട്ടലോടെ ഒരു സംഗതി മനസിലാക്കി.

നേരത്തെ കണ്ട തിരക്ക് സിനിമയുടെ ആദ്യദിവസത്തെ തിരക്കല്ല, ടിക്കറ്റിനു വേണ്ടിയുമല്ല ആളുകൾ അങ്ങോട്ടുമിങ്ങോട്ടും പായുന്നത്. വൻ ജനക്കൂട്ടം തടിച്ചുതിങ്ങി നിൽക്കുന്നത് ഒരു പുതിയ കാറിനു ചുറ്റുമാണ്. ആ കാർ ഏകദേശം പതിനൊന്നു ലക്ഷം വിലപിടിപ്പുള്ള പുതിയ മോഡൽ കാറാണെന്ന് ആ തിരക്കിലും ഗായത്രി മനസിലാക്കി.

കാറിനുള്ളിൽ അതിന്റെ ഉടമസ്ഥൻ കൈ ഞരമ്പു മുറിച്ച രീതിയിൽ മരിച്ചു കിടന്നു. അയാൾ ഇരിക്കുന്ന സീറ്റ് കുതിർന്ന് കട്ട പിടിച്ചിരുന്നു. അയാൾ ഉച്ചത്തെ ആദ്യ ഷോവിനു വന്നതും ടിക്കറ്റിനുവേണ്ടി ബഹളം വെച്ചതും കണ്ടവരുണ്ട്. ടിക്കറ്റ് കിട്ടാതെ വന്നപ്പോൾ വലിയ വില കൊടുത്ത് അയാൾ ഒരു കറുത്ത ടിക്കറ്റ് കരസ്ഥമാക്കിയെന്നും ദൃക്സാക്ഷികൾ പറയുന്നു. പിന്നീട് കാറ് പൂട്ടിയിട്ടുണ്ടോ എന്ന് പരിശോധിക്കാൻ വേണ്ടിയിട്ടാവണം ഡോറു തുറന്ന് അകത്തേക്കു കടന്ന ആൾ പിന്നെ പുറത്തേക്കു വന്നിട്ടില്ല. സിനിമ തുടങ്ങിയതിനാൽ ആരും അത് ശ്രദ്ധിച്ചതുമില്ല. ആദ്യ ഷോ കഴിഞ്ഞ് എല്ലാവരും പോയിട്ടും ആ കാറു മാത്രം അനങ്ങാതെ കിടന്നപ്പോഴാണ് തീയേറ്റർ അധികൃതർ ഡോർ തുറന്നു നോക്കിയത്.

കൈഞരമ്പ് മുറിച്ച് അയാൾ ആത്മഹത്യ ചെയ്തതായി സംഭവസ്ഥലത്തെത്തിയ പൊലീസും ഡോക്ടറും സ്ഥിരീകരിച്ചു. ഞരമ്പ് മുറിക്കാൻ അയാൾ ഉപയോഗിച്ച കത്തി ചോര കട്ട പിടിച്ച് സീറ്റിനടിയിൽ കിടന്നു. സീറ്റിൽ ആയിരങ്ങളുടെ നോട്ടുകളുള്ള ഒരു പേഴ്സും സെൽഫോണുമുണ്ട്. പിൻസീറ്റിൽ പുതിയതായി വാങ്ങിയ റെഡിമെയ്ഡ് വസ്ത്രങ്ങൾ, മധുരപലഹാരപ്പായ്ക്കറ്റുകൾ, പഴങ്ങൾ...

ടിക്കറ്റിനുവേണ്ടി ബഹളംകൂട്ടി അവസാനം ഒരു കറുത്ത ടിക്കറ്റ് കരസ്ഥമാക്കിയ ഇയാൾ എന്തിനായിരിക്കണം നിമിഷനേരത്തിനുള്ളിൽ ആത്മഹത്യപ്രാപിച്ചത്.

പൊടുന്നനെയുള്ള പ്രേരണ മാത്രമാണ് ഇതെങ്കിൽ ഇത്രയും പോന്ന ഒരു കത്തി അയാൾ കാറിനുള്ളിൽ സൂക്ഷിച്ചതെന്തിന്? തന്റെ ഏറ്റവും പുതിയ കാർതന്നെ ആത്മഹത്യ ചെയ്യാനുള്ള ഇടമായി തെരഞ്ഞെടുത്തതെന്തിന്?

ഇയാൾ കാറിനകത്തേക്ക് പ്രവേശിച്ചതും സെൽഫോണിൽ എന്തെങ്കിലും സന്ദേശം വന്നിട്ടുണ്ടാകാമെന്നും ആ സന്ദേശമായിരിക്കാം ആത്മഹത്യക്കു നിമിത്തമായിട്ടുണ്ടാവുക എന്നും പൊലീസ് തങ്ങളുടെ സാമാന്യബുദ്ധിയിൽ നിഗമിച്ചു.

കേവലം ഒരു സെൽഫോൺ സന്ദേശം ആത്മഹത്യയിലേക്കു നയിക്കാൻ മാത്രം ശക്തമായ ഹേതുവായിരിക്കുമോ എന്ന് ഗായത്രി തന്റെ മനസിനെ മാന്തിക്കൊണ്ടിരുന്നു.

ടിക്കറ്റു കിട്ടിയെങ്കിലും സിനിമ കാണാനുള്ള മനസ്സാന്നിധ്യം നഷ്ടപ്പെട്ട ഗായത്രി ഭർത്താവിനൊപ്പം വീട്ടിലേക്കു തിരിച്ചു നടന്നു.

ഭർത്താവിനു ചോറ് വിളമ്പിക്കൊടുത്തശേഷം മുകൾ മുറിയിലെ ബുക്ക്ഷെൽഫിൽ *ആത്മഹത്യയുടെ മനഃശാസ്ത്രം* എന്ന പുസ്തകത്തിനുവേണ്ടി തിരച്ചിൽ നടത്തി.

www.ingramcontent.com/pod-product-compliance
Lightning Source LLC
LaVergne TN
LVHW040823051026
849519LV00007BA/2722
* 9 7 8 9 3 8 3 4 3 2 1 5 8 *